इरा, विराज आणि टाईम मशिन

अदिती देवधर

Copyright © Aditi Deodhar
All Rights Reserved.

ISBN 978-1-63940-079-9

This book has been published with all efforts taken to make the material error-free after the consent of the author. However, the author and the publisher do not assume and hereby disclaim any liability to any party for any loss, damage, or disruption caused by errors or omissions, whether such errors or omissions result from negligence, accident, or any other cause.

While every effort has been made to avoid any mistake or omission, this publication is being sold on the condition and understanding that neither the author nor the publishers or printers would be liable in any manner to any person by reason of any mistake or omission in this publication or for any action taken or omitted to be taken or advice rendered or accepted on the basis of this work. For any defect in printing or binding the publishers will be liable only to replace the defective copy by another copy of this work then available.

माझे शहर,

ज्यांच्यामुळे निर्माण झाले

ज्यांच्यामुळे सुंदर झाले

ज्यांच्यामुळे संस्कृतीचे केंद्र झाले

ज्यांच्यामुळे विद्येचे माहेरघर झाले

त्या सर्वांना

हे पुस्तक अर्पण करत आहे

अनुक्रमणिका

प्रस्तावना vii

ऋणनिर्देश, पावती ix

1. अध्याय 1 1
2. अध्याय 2 3
3. अध्याय 3 9
4. अध्याय 4 13
5. अध्याय 5 16
6. अध्याय 6 19
7. अध्याय 7 25
8. अध्याय 8 30
9. अध्याय 9 33
10. अध्याय 10 38
11. अध्याय 11 41
12. अध्याय 12 46
13. अध्याय 13 50
14. अध्याय 14 55
15. अध्याय 15 61
16. अध्याय 16 67
17. अध्याय 17 70
18. अध्याय 18 76
19. अध्याय 19 80

संदर्भ 89

• v •

अनुक्रमणिका

इरा आणि विराजच्या प्रवासात उलगडलेल्या आणखी काही गोष्टी	91
आंबिल ओढा	93
कात्रज तलाव आणि कात्रज नळ योजना	95
भा. रा. भागवत	97
एच्. जी. वेल्स	99
ज्युल्स व्हर्न	101
मायकेल क्रायटन	103

प्रस्तावना

पुस्तक लिहिताना मला जो आनंद मिळाला तसाच आनंद ते वाचताना तुम्हाला मिळावा ही माझी इच्छा आहे.

मी हे पुस्तक का लिहिले हे थोडक्यात सांगते. भा. रा. भागवत, ज्युल्स व्हर्न, एच्. जी. वेल्स हे माझे आवडते लेखक. पुढे मायकेल क्रायटनच्या वैज्ञानिक कादंबऱ्या वाचल्या.

इतिहास हा माझा लहानपणापासून आवडता विषय. टाईम ट्रॅव्हल म्हणजे दुसऱ्या काळात प्रवास करणे ही कल्पना खूप आकर्षक वाटायची. टाईम ट्रॅव्हल करून इतिहास घडताना प्रत्यक्ष बघता आला तर? आपले शहर कसे निर्माण झाले, कसे घडले हे आपण स्वतः जाऊन बघितले तर?

टाईम मशिन काही मी अजून तयार केले नाही (पुढे मागे करेन सुद्धा कदाचित). त्यावेळी आपण प्रत्यक्ष टाईम मशिनमधून इतिहासात नक्की चक्कर मारू.

तोपर्यंत माझ्या पुस्तकातून तुम्हाला सफरीवर घेऊन जाते. ह्या गोष्टीत काय आहे? तुमच्याच वयाची, साधारण तुमच्यासारखीच मुले आहेत, टाईम मशिन आहे, रहस्य आहे आणि साहस आहे.

पुस्तक लिहिताना संदर्भ म्हणून जी पुस्तके वापरली त्यांची यादी आणि ज्यांच्यापासून प्रेरणा मिळाली त्या लेखकांची माहिती पुस्तकाच्या शेवटी दिली आहे.

तुम्हाला पुस्तक आवडले तर मला नक्की सांगा. कुठे कंटाळवाणे झाले, कुठे जरा जास्ती माहिती चालली असती, अशा काही सूचना असतील तर त्यासुद्धा सांगा.

इथे ईमेल पाठवा <u>whereistand2day@gmail.com</u>

ऋणनिर्देश, पावती

ही गोष्ट म्हणजे आधी केवळ कल्पना होती. कल्पनेतून ती प्रत्यक्षात उतरविण्यासाठी माझा मुलगा सलिल आणि नवरा महेश ह्यांची मदत, मार्गदर्शन आणि मुख्य म्हणजे चिकित्सा महत्वाची होती. पुस्तकाचे पहिले वाचक हेच. म्हणतात ना की निंदकाचे घर असावे शेजारी. हे तर प्रत्यक्ष घरातच. हे काही नीट जमले नाही, हयात काही विशेष मजा येत नाही वगैरे टिपण्णी करून त्यांनी गोष्टीत सुधारणा करायला मदत केली.

ह्या पुस्तकातली चित्रे तर केवळ सलिलमुळेच शक्य झाली. अनेक वर्ष मी पेंटब्रश हातात घेतला नव्हता. त्याच्या हट्टामुळे परत चित्रे काढू लागले. पुस्तकातली चित्रे सलिल आणि मी काढली आहेत. मुलाबरोबर हे काम करणे हा खूपच छान अनुभव होता.

काही महिन्यांपूर्वी ऋषिकेश दाभोळकरने "अटक मटक" साठी ब्राऊन लिफबद्दल गोष्ट लिहीशील का असे विचारले. ब्राऊन लिफ ह्या माझ्या उपक्रमाचे उद्दिष्ट आहे, 'आपल्या देशात एकही वाळलेले पान जाळले जाऊ नये'. ह्या संदर्भात वेबिनार, चर्चासत्रे खूप घेतली. पण हा विषय लहान मुलांपर्यंत गोष्टी रूपाने पोहोचवता येईल असे कधीच वाटले नव्हते. ऋषिकेशने सुचवले म्हणून प्रयत्न केला आणि गोष्ट जमून गेली. मुलांना आवडली आणि मलाही लिहिताना खूप मजा आली.

त्यानंतर लगेचच ह्या गोष्टीची कल्पना सुचली आणि बघता बघता ती छोटीशी कल्पना पुस्तक रूपात उतरली. मला काहीही अनुभव नसताना माझ्यावर विश्वास दाखवला ह्यासाठी आणि हा गोष्टींचा "किडा" माझ्या डोक्यात कायमस्वरूपी पेरल्याबद्दल ऋषिकेशचे आणि त्याच्या अटक-मटक व्यासपीठाचे मनःपूर्वक आभार.

हे माझे पहिलेच पुस्तक. गोष्ट लिहून झाली तरी अनेक किंतु मनात होते. मुग्धा नलावडेच्या प्रक्रिया वाचन कट्ट्यावर मुलांना ही गोष्ट वाचून दाखवली. गोष्टीत राहून गेलेल्या विसंगती, ह्या मुलांना गोष्ट सांगताना, त्यांच्या प्रश्नांमधून कळल्या. त्यामुळे गोष्टीत सुधारणा

करता आल्या. मुलांनी दिलेल्या सकारात्मक प्रतिसादामुळे पुस्तक प्रकाशित करण्यासाठी प्रोत्साहन मिळाले. मुग्धा आणि ते सगळे छोटे दोस्त, ह्यांची मी कायम ऋणी आहे.

आई-वडील तर कायम पाठीशी आहेतच. आईने (डॉ. स्वाती टिकेकर) पुस्तकाचे प्रूफ रीडिंग करण्याची जबाबदारी आनंदाने स्वीकारली. मी बऱ्याचशा चुका सुधारल्या आहेत, आईला फार मिळणार नाहीत असे वाटत होते. पण तो भ्रम ठरला. माझ्या अनेक प्रूफ रीडिंग नंतर ही कितीतरी सुटलेल्या चुका, मराठी टायपिंग करताना झालेल्या चुका आईने शोधून दिल्या आणि पुस्तक परिपूर्ण करायला मोलाची मदत केली.

1

"विराज!!! आज जायचे का जुन्या बाजारात"? इराने विराजला फोन केला.

"हो!!! नक्की!! अर्ध्या तासात सोसायटीच्या गेटजवळ भेटूया?" विराजचे तिकडून तितक्याच उत्साहात उत्तर आले.

इरा आणि विराज एकदम बेस्ट फ्रेंडस आहेत. पुण्यात सिंहगड रस्त्यावर एकाच सोसायटीत दोघे राहतात.

साधारण १२ वर्षांची मुले जशी असतात ना, तशीच दोघे आहेत. उत्साही, खोडकर आणि नवीन नवीन गोष्टी बघण्यासाठी उत्सुक आणि थोडीशी बंडखोर.

इराचे वाचन खूप आहे. एच्. जी. वेल्स हा तिचा आवडता लेखक. एच्. जी. वेल्स हे एक सुप्रसिद्ध ब्रिटिश लेखक. त्यांनी अनेक कादंबऱ्या आणि गोष्टी लिहिल्या आहेत. त्यांना 'फादर ऑफ सायन्स फिक्शन' म्हणजे वैज्ञानिक कथांचे जनक म्हणतात. इन्व्हिझिबल मॅन, वॉर ऑफ द वर्ल्डस आणि टाईम मशिन ही त्यांची गाजलेली पुस्तके.

इराप्रमाणे विराज पुस्तकी किडा नाही पण त्यालासुद्धा एच्. जी. वेल्सचे टाईम मशिन हे पुस्तक खूप आवडते.

थोडक्यात गोष्ट अशी - एक शास्त्रज्ञ असे मशिन तयार करतो की ज्याच्या सहाय्याने दुसऱ्या काळात प्रवास करता येईल.

त्या पुस्तकावर आधारित १९६० मध्ये इंग्लिश सिनेमा प्रदर्शित झाला. तोही विराज आणि इराला आवडतो. त्या सिनेमाची दोघांनी अक्षरशः पारायणे केली आहेत. अख्खा सिनेमा त्यांना पाठ आहे.

ते बेस्टफ्रेंड आहेत कारण दोघांनाही नवीन नवीन गोष्टी करून बघायला खूप आवडते. किंबहुना ते सारखे काहीतरी नवीन शोधण्याच्या मागेच असतात.

हा जुना बाजार काय आहे आणि तिथे ह्या दोघांचे काय काम आहे? असे आहे काय तिथे?

काय आहे??? तिथे काय नाही आहे? हे विचारा.

2

ग्रामोफोन, फिरकीचा तांब्या, सुरया, वेगवेगळ्या आकाराचे अडकित्ते, घड्याळे, कुलपे, आणि अशा कितीतरी वस्तू. ज्यांना वेगवेगळ्या गोष्टी बघायचा आणि जमवायचा छंद आहे ना, त्यांच्यासाठी जुना बाजार म्हणजे खजिना आहे खजिना.

इरा आणि विराजला त्यांच्या आई-वडिलांनी काही कामे नेमून दिली होती. म्हणजे किराणा माल आणणे, भाजी आणणे, कॉम्पोस्टच्या बादलीची व्यवस्था बघणे, झाडांना रोज पाणी घालणे, लहान भावंडांना छंदवर्गाला नेणे अशी. त्याबद्दल त्यांना आई-बाबा पॉकेटमनी द्यायचे.

जुन्या बाजारात चक्कर मारून, तिथल्या चित्रविचित्र गोष्टी बघायला दोघांना जाम आवडायचे. पॉकेटमनीमुळे खिसा गरम असला की मग एखादी छोटी-मोठी गोष्ट घेताही यायची.

शाळेचे स्नेहसंमेलन आणि मग परीक्षा ह्यामुळे बरेच दिवस झाले दोघांना जुन्या बाजारात जाणे जमलेच नव्हते. त्यामुळे आता शाळेला सुट्टी लागल्या लागल्या सायकलवर टांग टाकून जोडगोळी तिकडे निघाली होती.

उजवीकडे ओंकारेश्वर मंदिर गेले, शनिवार वाडा मागे पडला. आता डेंगळे पूलावरून मुठा नदी ओलांडून, दोघे जुन्या बाजाराकडे निघाली होती. बाजूला कुंभारवाडा होता. उन्हाळा असल्याने वेगवेगळ्या आकाराचे आणि घाटाचे माठ तिथे विकायला ठेवले होते.

अदिती देवधर

कुंभारवाडा म्हणजे एकेकाळची पुण्याची हद्द बरं का. त्यामुळे त्या भागाला कुंभारवेस म्हणायचे. शत्रूच्या हल्ल्यापासून गावाचे रक्षण करण्यासाठी पूर्वी गावाभोवती भिंत बांधली जायची. तिला वेस

म्हणायचे. आता ती वेस राहिली नाही. हो, पण तिची एक आठवण शिल्लक आहे, डेंगळे पूलाखाली. ती म्हणजे कुंभारवेस धरण. पूर्वी तात्पुरते पाणी साठविण्यासाठी तसेच नदी ओलांडण्यासाठी ते वापरले जायचे. त्याला दगडी पूल असेही म्हणायचे.

इरा आणि विराज एकदाचे जुन्या बाजारात पोहोचले. सायकली कडेला उभ्या करून त्यांनी एकेक दुकानाला भेट द्यायला सुरुवात केली. आधी एक चक्कर मारून सगळ्या गोष्टी बघायच्या आणि मग परत एक चक्कर मारून त्यातल्या आवडलेल्या गोष्टी घ्यायच्या असा त्यांचा नेहमीचा बेत असायचा.

"किती मस्त जागा आहे!!", विराज म्हणाला.

"विराज!! आत्तापर्यंत हजार एक वेळा तरी तू हे वाक्य म्हणाला आहेस", इरा डोक्याला हात लावत म्हणाली.

"हो गं! पण दरवेळी ही जागा नवीनच वाटते", विराज म्हणाला, "ते बघ ना, माशाच्या आकाराचे कुलूप किती छान आहे. हे मागच्या वेळी नव्हते". त्या कुलपाकडे बोट दाखवत विराज म्हणाला.

अदिती देवधर

इराकडून काहीच उत्तर आले नाही. तेवढ्यात समोरच्या दुकानातल्या एका गोष्टीने इराचे लक्ष वेधून घेतले होते. ती काय बघत आहे म्हणून विराजनेही त्या दुकानाकडे नजर टाकली आणि तो आनंदाने चित्कारलाच.

दोघे घाईघाईने त्या दुकानात गेले. त्यावर खूप धूळ होती, बऱ्याच गोष्टी त्यावर रचलेल्या होत्या, पण इरा आणि विराजने ते काय आहे हे ओळखले.

इरा, विराज आणि टाईम मशिन

त्यांना ते त्यांच्या तळहाताप्रमाणे नीट माहित होते. काही शंकाच नव्हती.

ते होते टाईम मशिन!!!

दुसरे तिसरे काही नाही तर एच्. जी. वेल्स ह्यांच्या "द टाईम मशिन" ह्या कादंबरीवर आधारित चित्रपटामध्ये वापरलेल्या टाईम मशिन सारखे हुबेहूब दिसणारे ते मशिन होते.

दैनंदिन आयुष्यातला, नेहमीप्रमाणे उगवलेला हा दिवस आता काही वेगळेच वळण घेणार होता..

3

इरा आणि विराजने दुकानदारावर प्रश्नांची सरबत्तीच केली. ते मशिन आले कसे आणि कोठून हे मात्र दुकानदाराला अजिबात आठवत नव्हते. काही महिन्यांपूर्वी ट्रक भरून गोष्टी आल्या होत्या, बहुदा त्यातून आले असावे असा त्याचा अंदाज होता.

ते टाईम मशिन होते हयात काही शंकाच नव्हती. इरा आणि विराजच्या ते इतके ओळखीचे होते की चूक होणे शक्यच नव्हते.

इरा, विराज आणि टाईम मशिन

दोघांनी त्यांच्याकडचा पॉकेट मनी मोजला आणि घाबरत घाबरतच दुकानदाराला टाईम मशिनची किंमत विचारली. गंमत म्हणजे दुकानदाराने अगदीच कमी किंमत सांगितली, अगदी त्यांच्या आवाक्यातली!

खरेतर मुले ते मशिन घेत आहेत म्हणून दुकानदाराला बरेच वाटले होते. त्याचा त्याला उपयोग तर काही नव्हता आणि दुकानातली बरीच जागा ते मशिन व्यापत होते.

हे असले विचित्र कोणालातरी हवे आहे ह्याचेच त्याला आश्चर्य वाटत होते.

इरा आणि विराजने मशिन विकत तर घेतले पण आता मोठी समस्या होती; मशिन घरापर्यंत न्यायचे कसे?

इरा आणि विराज सायकल वरून इथे आले होते. सायकल काय, रिक्षा किंवा कारमध्येही हे मशिन बसणे शक्य नव्हते.

मुलांना संजय दादाची आठवण आली.

इरा आणि विराज रहात असलेल्या सोसायटीला लागूनच संजय दादाचे गॅरेज होते. संजय दादाशी दोघांची गट्टी होती. तो उत्तम गिर्यारोहक होता. त्याच्याकडे गोष्टींचा नेहमी खजिनाच असायचा.

शिवाय त्यांच्या सायकलच्या टायरचे पंक्चर कसे काढायचे, छोटीमोठी दुरुस्ती आपली आपली कशी करायची हे सुद्धा दादाने दोघांना शिकवले होते.

• 10 •

त्याच्याकडे बरेच टेम्पो दुरुस्तीसाठी यायचे हे दोघांनी पाहिले होते. त्यांनी संजय दादाला फोन केला.

त्यानेही लगेच टेम्पो पाठवायचे आश्वासन दिले.

फोन केल्यावर अर्ध्या तासातच टेम्पो आला सुद्धा. मुलांना काही मदत लागली तर म्हणून संजयदादा स्वतः टेम्पो बरोबर आला होता.

त्याने दुकानदाराशी वाटाघाटी सुरू केल्या आणि किंमत आणखी कमी करायला लावली. दुकानदाराने मशिनवरची धूळ झटकली. संजय

इरा, विराज आणि टाईम मशिन

दादा, टेम्पो चालक आणि दुकानदार असे तिघांनी मिळून टाईम मशिन टेम्पोमध्ये ठेवले.

आणि आता टेम्पो चालकाने विचारले, "हे मशिन कुठे न्यायचे"?

4

ह्या प्रश्नाचे उत्तर मुलांकडे नव्हते. किंबहुना टाईम मशिन मिळाले ह्या उत्साहात ते ह्याबद्दल विसरूनच गेले होते.

टाईम मशिन विकत घेतले म्हणून आई-बाबा रागवतील का हा प्रश्न नव्हता. त्यांना मिळणारा पॉकेट मनी कसा खर्च करायचा ह्याबद्दल त्यांना पूर्ण स्वातंत्र्य होते.

समस्या होती हे टाईम मशिन घरात ठेवायचे कुठे?

त्यांची घरे काही एवढी मोठी नव्हती. बाल्कनीमध्ये दोघांच्याही आई-बाबांनी भरपूर झाडे लावली होती; गवती चहा, पुदिना, तुळस आणि बऱ्याच भाज्या.

रोपे हलवून तिथे थोडीफार जागा होऊ शकली असती पण मग मशिन उघड्यावर राहिले असले, उन्हाळे-पावसाळे झेलत.

संजय दादाला त्यांची समस्या कळली. त्याच्या गॅरेजमध्ये मागच्या बाजूला भरपूर जागा होती. तिथे मशिन ठेवा असे त्याने सुचवले.

मुलांना हुश्श झाले. चला आता हा प्रश्न सुटला होता.

शिवाय कोणाच्या बाल्कनीत मशिन ठेवायचे ह्यावरून दोघांचे नक्की भांडण झाले असते, तेही आपोआप टळले.

आता वरात निघाली, टेम्पो आणि टाईम मशिन पुढे, इरा आणि विराज सायकलवर मागे..

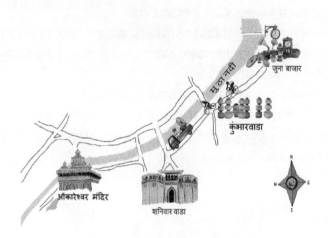

रस्ता काही संपता संपत नव्हता. निदान त्या दोघांना तरी तसे वाटत होते.

त्यांना घाई झाली होती; पुस्तकातल्या टाईम ट्रॅव्हलरसारखे टाईम मशिन मध्ये बसायचे, आपल्याला हवा तो काळ निवडायचा आणि कळ दाबायची.

आणि तेवढेच.

मशिन खरोखर थोडेच त्यांना त्या काळात घेऊन जाणार होते? पण नुसते असे करण्यातही केवढी मजा येणार होती. एच्. जी. वेल्सच्या

गोष्टीतल्या मशिन सारखे दिसणारे मशिन त्यांच्याकडे होते, किती भारी ना?

एकेक मिनिट त्यांना एकेक तासासारखे वाटत होते.

एकदाचे सगळे गॅरेज मध्ये पोहोचले.

गॅरेज मध्ये नेहमीप्रमाणे काम चालू होते. वेगवेगळी वाहने तिथे दुरुस्तीसाठी यायची. पण आजचा टेम्पोतून आलेला हा प्रकार काहीतरी वेगळाच होता! हे आहे काय? रिक्षा? टांगा? दादाच्या गॅरेजमधले लोक उत्सुकतेने मशिन भोवती जमले.

इरा आणि विराजला काळजी होती आता दादा त्यांना काय सांगेल?

पण संजय दादाने बहुतेक आधीच विचार करून ठेवला होता. कारण त्याने लगेच सांगून टाकले की हा इरा आणि विराजचा शाळेचा प्रकल्प आहे; घरी जागा नाही म्हणून तो इथे ठेवणार आहेत.

गॅरेज मधल्या लोकांनाही ते पटले. उलट किती छान मॉडेल केले आहे म्हणून सगळ्यांनी इरा आणि विराजचे कौतुक केले.

चला, अशा तऱ्हेने एकेक समस्या सुटल्या. संजय दादाने त्यांना गॅरेजची किल्ली दिली.

इतर लोकांसारखे "तुम्ही लहान आहात, तुम्हाला काय कळणार" वगैरे वाक्य संजय दादा कधीच म्हणायचा नाही. आजही मुलांनी टाईम मशिन घेतले म्हणून इतर कोणी त्यांना हसले असते, त्यांची चेष्टा केली असती. पण संजय दादा तसा नव्हता.

त्यांनी संजय दादाचे मनापासून आभार मानले. दोघेही उत्साहाने आपापल्या घरी गेले.

रात्री जेवताना आई-बाबांना सगळी गोष्ट सांगितली. दोघांच्याही आई-बाबांना माहित होते मुलांना एच्. जी. वेल्सचे हे पुस्तक किती आवडते ते. त्यामुळे तेही खूश झाले मुलांना त्या पुस्तकातल्या सारखे टाईम मशिन मिळाले म्हणून.

अर्थात त्या मशिन सारखे दिसणारे हे मशिन आहे असेच सगळ्यांना वाटत होते, अजून तरी....

• 15 •

5

दुसऱ्या दिवशी सकाळी लवकर दोघे गॅरेजमध्ये गेले. कालच्या गडबडीत मशिन आतून नीट बघताच आले नव्हते.

तारीख, महिना, वर्ष ह्यासाठी तीन वेगवेगळी बटणे होती.

एकदा का ते निश्चित केले की कळ दाबायची आणि हव्या त्या काळात प्रवास करायचा.

"कुठे जायचे"? विराजने मिस्किलपणे विचारले. इराचे उत्तर आधीच ठरलेले होते, "शनिवार वाडा"!!!

तिथे लाईट आणि साऊंड शो पाहिल्यापासून श्रीमंत नानासाहेब पेशव्यांच्या काळात शनिवार वाडा कसा असेल ह्याबद्दल तिला जाम उत्सुकता होती.

शनिवार वाडा म्हणजे पेशव्यांचे निवासस्थान. पेशवे हे सातारच्या छत्रपती शाहू महाराजांचे पंतप्रधान.

दुसरे पेशवे, श्रीमंत बाजीराव पेशव्यांनी शनिवार वाडा बांधला. त्यांनी केवळ राहण्यापूरते बांधकाम केले. पुढे त्यांचा मुलगा, श्रीमंत नानासाहेब पेशव्यांनी तो आणखी वाढवला. त्यांची कारकीर्द म्हणजे पुणे शहरासाठीचा खूप भरभराटीचा काळ.

शनिवार वाडा म्हणजे पुणे शहराची ओळख. सावित्रीबाई फुले पुणे विद्यापीठाच्या आणि पुणे महानगरपालिकेच्या ओळखचिन्हात शनिवार वाडा आहे.

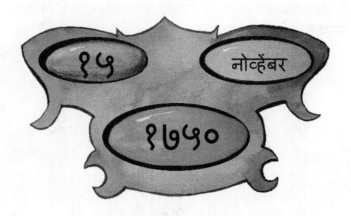

१५ नोव्हेंबर १७५० हा काळ त्यांनी निश्चित केला. चला तर मग, म्हणून कळ दाबली.

अर्थात ही सगळी गंमतच होती. खरे थोडेच काही घडणार होते.

अर्थात असे त्यांना वाटले. पण.. काहीतरी झाले.

अचानक आजूबाजूचे सगळे बदलले. गॅरेज, सोसायटी सगळेच गायब झाले.

6

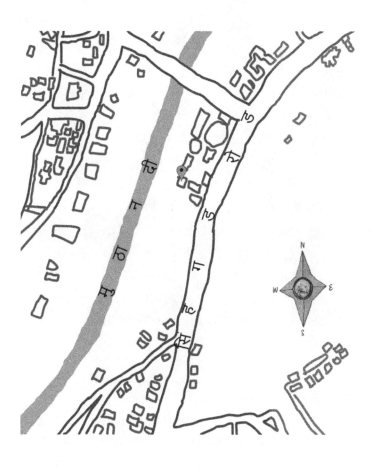

ते दोघे आता एका शेतात उभे होते. रस्ते, इमारती, वाहने काहीच नाही. आजूबाजूला शेते आणि भरपूर दाट झाडी होती.

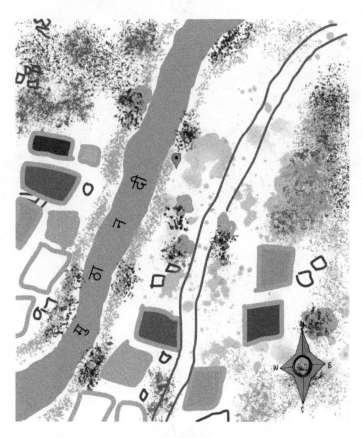

त्यांना काहीच कळेना. हे काय झाले नक्की? आपली सोसायटी कुठे गेली? संजय दादाचे गॅरेज कुठे आहे?

त्यांनी आजूबाजूला बघितले. काही अंतरावर एक पायवाट दिसत होती. तिच्या दोन्ही बाजूला झाडांची दाटी होती. त्या वाटेवरून दोघे थोडे

चालत गेले. सगळीकडे शेते आणि झाडे-झुडुपेच दिसत होती.

एका शेतात त्यांना एक शेतकरी काका दिसले.

"काका, ही काय जागा आहे"? इरा आणि विराजने त्यांना विचारले. पण काही उत्तर मिळायच्या ऐवजी एखादे भूत पाहिल्यासारखे ते काका त्यांच्याकडे बघतच राहिले.

त्यांना कदाचित मराठी येत नसेल असे वाटून दोघांनी हिंदीत तोच प्रश्न विचारला. पण नाही, ते काका अजूनही विचित्र नजरेनेच बघत होते. किंबहुना ते थोडे घाबरलेले वाटत होते.

आता मुलेही घाबरली. ते काका आपल्याकडे असे का बघत आहेत हे त्यांनाही कळेना. त्यांचे घर, गॅरेज, ओळखीची कुठलीच खूण ही आजूबाजूला दिसेना.

"विराज, आपण आपले टाईम मशिनमध्ये जाऊन बसू", इरा घाबरलेल्या स्वरात म्हणाली. दोघे गेले त्या वाटेने घाईने टाईम मशिनकडे परत आले आणि आत बसले. आत्ता तेवढीच एक त्यांच्या ओळखीची गोष्ट होती. नक्की काय घडले आहे हे काही कळत नव्हते.

"आपण काय काय केले, ते एकदा आठवून बघू", विराज म्हणाला.

"संजय दादाच्या गॅरेज मध्ये आपण गेलो, टाईम मशिनला १५ नोव्हेंबर १७५० ही तारीख दिली", इरा आठवून म्हणली.

"तोपर्यंत सगळे नेहमीसारखे होते. आपण गॅरेजमध्ये होतो, आपली सोसायटी दिसत होती. सिंहगड रस्त्यावर वाहनांचा आवाज येत होता..".

"विराज!!! इथे पूर्ण शांतता आहे, वाहनांचा, रहदारीचा अजिबात आवाज नाही!!", इरा म्हणाली.

"हो, खरेच की! मला मगाच पासून काहीतरी विचित्र वाटत होते पण काय ते कळत नव्हते; हेच ते!! वाहनांचा, त्यांच्या हॉर्नचा अजिबात आवाज नाही, तेसुद्धा सिंहगड रस्त्यावर"? विराज म्हणाला, "ह्याचा काय अर्थ?"

"आपण आजची तारीख घालून कळ दाबून बघायची का", इराने सुचवले. नाहीतरी दुसरे करण्यासारखे काहीच सुचत नव्हते. आजची तारीख घालून त्यांनी कळ दाबली आणि क्षणभरात ते संजय दादाच्या गॅरेज मध्ये होते. त्यांची सोसायटी, वाहनांचा आवाज, सगळे कसे

ओळखीचे होते. दोघेही मशिनमधून बाहेर आले आणि खात्री करण्यासाठी एक चक्कर मारून आले. हो तर. सगळे नेहमीसारखेच होते.

म्हणजे ते काय होते? भास झाला आपल्याला? पण असा दोघांनाही कसा भास होईल? आणि त्या काकांशी आपण बोललो ते खोटे कसे असेल?

"विराज, माझी आजी नेहमी सांगते, आपली सोसायटी आहे तिथे पूर्वी शेती होती. सिंहगड रस्त्याच्या कडेला भरपूर झाडे होती. संध्याकाळी इथे भीती वाटायची इतकी झाडी होती. वस्ती फारशी नव्हतीच. पुण्यातून सहल म्हणून ते ह्या भागात यायचे", इराला आठवले.

"तुला म्हणायचे काय आहे, इरा? आपण जुन्या काळात गेलो होतो"? विराजने विचारले.

"टाईम मशिन खरेच त्यांना १७५० मध्ये घेऊन गेले होते? आपण असे अचानक तिथे प्रकट झालो, त्या काळातल्या लोकांपेक्षा आपले कपडे, बोलण्याची पद्धत वेगळी असल्याने ते काका घाबरले का"? इरा म्हणाली.

दोघेही थोडा वेळ गप्प होते, विचारात गढून गेले होते. "परत करून बघूया काय होते ते"? विराज म्हणाला.

"हो, पण मला वाटते आधी आपण संजय दादाला हे सांगू", इराने सुचवले.

एरवी "तू लहान आहेस अजून", ह्या वाक्याचा तिला प्रचंड राग यायचा. "मी आता मोठी आहे!!" असे ती ठसक्यात सांगायची. पण आत्ता मात्र तिला वाटले आपण अजून तितके मोठे नाही.

सहाजिकच होते म्हणा; विचित्रच काहीतरी घडत होते. त्यांनी संजय दादाला सगळे सांगितले. आधी त्याला अर्थातच खरे वाटले नाही. मग तोही मुलांबरोबर टाईम मशिन मध्ये बसला. मगाच प्रमाणेच त्यांनी १७५० हे वर्ष पक्के केले आणि मशिनची कळ दाबली.

परत एकदा त्यांची सोसायटी, गॅरेज गायब झाले. ते शेते आणि झाडांमध्ये होते आणि त्यातून एक वाट गेलेली दिसत होती. तिघे लगेच

परत आले.

मागे व्हॉटसॲपवर सिंहगड रस्त्याचे जुने फोटो आले होते. अशीच शेते आणि झाडे. दादा विचार करत होता. मुले म्हणत आहेत तसे खरेच आपण १७५० मध्ये गेलो होतो का?

ती जी वाट त्यांना दिसत होती, ती म्हणजे आपला सिंहगड रस्ता असेल का? तेवढा एकच निष्कर्ष निघत होता.

संजय दादालाही आता पटले की हे नुसते मॉडेल नव्हे तर खरेखुरे टाईम मशिन होते. जरा पचवायला जडच होते. तिघेही बराच वेळ शांत होते; आपापल्या परीने सगळ्याचा अर्थ लावण्याचा प्रयत्न करत होते.

“मग टाईम मशिन मिळालेच आहे तर जाऊ की त्यावेळचा शनिवार वाडा बघायला”, दादा थोड्या वेळाने म्हणाला.

“खरंच दादा”? दोघे उत्साहात ओरडले.

मग काय, मगाच सारखे इराने १७५० वर्ष ठरवले, मशिनची कळ दाबली आणि ते त्या काळात गेले. परत तीच शेते, झाडी.

पण मग शनिवार वाडा कुठे गेला? ते तर शनिवार वाडा बघायला आले होते ना, त्याचा कुठेच मागमूस नव्हता.

आणि एकदम विराजला त्या पुस्तकातले वाक्य आठवले. टाईम मशिनचा प्रवास हा केवळ "काळाच्या" पटलावर होतो. मशिन एका जागेवरून दुसरीकडे जात नाही. ह्याचा अर्थ काय?

टाईम मशिन केवळ काळाच्या पटलावर प्रवास करते म्हणजे ते एका कालखंडातून दुसऱ्या कालखंडात घेऊन जाते, पण एका जागेवरून दुसऱ्या जागेवर घेऊन जात नाही. म्हणजे?

टाईम मशिन त्यांच्या इच्छेप्रमाणे त्यांना १७५० साली तर घेऊन गेले होते. पण ज्या जागेवर ते २०२१ मध्ये होते, त्याच जागेवर ते आता १७५० मध्ये उभे होते. म्हणजे संजय दादाचे गॅरेज ज्या ठिकाणी होते, बरोब्बर त्याच ठिकाणी ते आता १७५० मध्ये उभे होते.

पण इरा आणि विराजने १७५० वर्ष निवडले होते कारण त्यांना शनिवार वाडा बघायचा होता.

म्हणजे आता त्यांना शनिवार वाड्यापर्यंत आपला आपला प्रवास करायला लागणार होता. काही हरकत नाही. सिंहगड रस्त्यापासून

शनिवार वाडा काही खूप लांब नाही. इरा आणि विराज सायकल वरून किती तरी वेळा गेले होते. अगदीच सोप्पे आहे. असे त्यांना वाटले खरे, पण आजूबाजूला नजर टाकल्यावर लक्षात आले, एक गडबड आहे.

१७५० साली ना सायकल होती, ना रिक्षा, ना बस.

म्हणजे आता चालत किंवा एखादी बैलगाडी दिसलीच तर त्यातून प्रवास करून शनिवारवाड्यापर्यंत जावे लागेल.

टाईम मशिन त्यांना हव्या त्या काळात तर घेऊन जाईल पण त्यांना हव्या त्या जागी मात्र दरवेळी पायी किंवा बैलगाडीने प्रवास करून जावे लागेल. ते काही फारसे सोयीचे नव्हते. म्हणजे दर वेळी आपल्या हव्या त्या कालखंडात प्रवास केल्यावर, हव्या त्या जागी आपल्याला चालत अथवा बैलगाडी शोधून जावे लागेल?

परत आल्यावर संजय दादाने सुचवले, "तुम्हाला ज्या ठिकाणी दुसऱ्या कालखंडात जायचे आहे त्या ठिकाणीच आपण टाईम मशिनच घेऊन गेलो तर? आणि मग त्या जागेवरूनच कळ दाबायची आणि हव्या त्या काळात जायचे"?

मस्तच कल्पना होती.

पण एक समस्या होती. टाईम मशिन कुठे न्यायचे म्हणजे दर वेळी टेम्पो आणावा लागेल. ते कसे शक्य होईल?

"हो, ते तितके सोयीस्कर नाही", संजय दादा म्हणाला.

7

हार मानेल तो संजय दादा कसला! त्याचा गॅरेज मधला एवढा अनुभव आणि वाहनांचे वेड कधी उपयोगी पडणार?

त्याच्याकडे एक भन्नाट कल्पना होती.

त्याने टाईम मशिनलाच ३ चाके लावली. अशा तऱ्हेने त्यांची टाईम मशिन रिक्षा तयार झाली.

आता सगळे काम सोपे होते. ज्या ठिकाणी वेगळ्या कालखंडात जायचे आहे त्या ठिकाणी टाईम मशिन रिक्षा घेऊन जायचे आणि मग टाईम मशिनच्या मदतीने हव्या त्या काळात त्या ठिकाणी प्रवास करायचा.

"कुठे जायचे"? संजय दादाने विचारले.

"अर्थात! शनिवार वाडा, १७५० मधला", मुलांचे एकसूरात उत्तर. तिघे उत्साहाने निघाले.

टाईम मशिन रिक्षा बाजीराव रस्त्यावर आली. अप्पा बळवंत चौक मागे पडला, किबे लक्ष्मी चित्रपटगृह, म्हणजेच पूर्वीचे प्रभात चित्रपटगृह पार करून ते पुढे आले. संजय दादाने रिक्षा थोडी कडेला उभी केली. नेहमी प्रमाणे भरपूर रहदारी होती. वाहनांची वर्दळ, माणसांची लगबग चालूच होती. उजवीकडे शनिवार वाड्याच्या बुरुज दिसत होता.

शाळेत असताना इतिहास हा काही संजय दादाचा विशेष आवडीचा विषय नव्हता. कुठल्या वर्षी काय घडले, कोणाची लढाई कोणाशी झाली, वगैरे सगळे लक्षात ठेवणे म्हणजे त्याला फार कटकट वाटायची. पण हे टाईम ट्रॅव्हल खूप छान वाटत होते. मुलांप्रमाणे तोही आता १७५० सालात जायला उत्सुक होता.

इराने टाईम मशिनवर तारीख निश्चित केली, १५ नोव्हेंबेर १७५०, कळ दाबली, आणि.. ..

अचानक ते पाण्याने वेढले गेले. पहावे तिकडे पाणी!!!

पाण्याला प्रचंड वेग होता. टाईम मशिन रिक्षा एखाद्या खेळण्यासारखी त्या प्रवाहात इकडे तिकडे फेकली जात होती.

इरा, विराज आणि टाईम मशिन

प्रवाहाच्या वेगाबरोबर टाईम मशिन वहायला लागले. उजवीकडे त्यांना शनिवारवाड्याची तटबंदी दिसली, पण काही क्षणापुरतीच.

अचानक प्रवाह थोडा डावीकडे वळला आणि आता मात्र पाण्याचा वेग चांगलाच वाढला. इरा आणि विराजचा हात सुटून दोघे प्रवाहात पडले. खरेतर दोघांना पोहता येत होते. पण ह्या पाण्याला इतका वेग होता की पोहणे अशक्यच होते. दोघांच्याही नाकातोंडात पाणी जायला लागले. दोघेही घाबरून किंचाळू लागले.

त्या घाबरलेल्या, किंचाळणाऱ्या मुलांना, संजय दादाने एका हाताने कसेबसे धरून ठेवले. दुसऱ्या हाताने त्याने टाईम मशिनचा गज धरून ठेवला होता. त्याचा टाईम मशिन वरचा हात सटकणार नाही ही काळजी तो घेत होता. पण फार काळ मशिन धरून ठेवता येणार नाही हे त्याला जाणवत होते.

जवळ जवळ २०० फूट वाहत गेल्यावर कोणीतरी धक्का द्यावा तसे ते आणखी एका मोठ्या प्रवाहात फेकले गेले. हा प्रवाह खूप मोठा होता पण संथ वहात होता. आधीच्या प्रवाहासारखा नव्हता. आता कुठे मुलांना आणि संजय दादाला निदान विचार करायला तरी जरा वेळ मिळाला.

त्यांना प्रवाहाचा काठ दिसला. तिघे त्या दिशेला पोहत गेली. मुलांच्या मदतीने संजय दादाने टाईम मशिन काठावर ओढून घेतले.

ह्या अनुभवाने अजूनही मुले घाबरलेली होती. पण आता निदान आपण सुरक्षित आहोत, हे त्यांना जाणवले.

इराने आजूबाजूला बघितले आणि आनंदाने उडीच मारली. हा मोठ्ठा प्रवाह तिच्या ओळखीचा होता.

8

ती होती मुठा नदी. स्वच्छ, सुंदर मुठा!

पण तो मगाचचा प्रवाह कुठला होता? एवढा मोठा ओढा तिथे आला कसा? कुठला ओढा होता तो? काय वेग, काय प्रवाह! ओढा हा शब्द अगदी सार्थ करणारा! एवढ्या वेळा आपण बाजीराव रस्ता बघितला आहे, शनिवार वाडा बघितला आहे. तिथे कुठे ओढा आहे? अचानक कुठून आला मग?

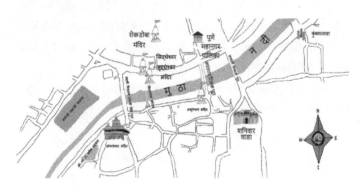

इरा, विराज आणि संजय दादाचा हा प्रवास अशा तऱ्हेने त्यांच्या अपेक्षेपेक्षा थोडा वेगळा झाला.

परत वर्तमानात आल्यावर इराने शोध घ्यायला सुरुवात केली. तिच्या लक्षात आले १७५० ऐवजी आपण १७६० वर्षात गेलो असतो तर

ह्यातले काहीच घडले नसते. गंमतच होती ती.

तो ओढा होता आंबिल ओढा. हा पुणेकरांच्या अगदी ओळखीचा ओढा आहे. पण तो बाजीराव रस्ता आणि शनिवार वाड्याजवळ कसा आला?

आत्ता त्याचा मार्ग खूपच वेगळा आहे. एकेकाळी जिलब्या मारुती मंदिर, जोगेश्वरी मंदिर आंबिल ओढ्याच्या काठावर होते. आत्ताच्या बाजीराव रस्त्यावरून वहात जाऊन, शनिवार वाड्याच्या शेजारून, शनिवार पेठेतल्या अमृतेश्वर मंदिराच्या बाजूने वहात, आज जयंतराव टिळक पूल आहे ना, साधारण तिथे तो मुठा नदीला मिळायचा.

त्यामुळेच बाजीराव रस्त्यावर शनिवार वाड्याच्या शेजारून ते जेव्हा १७५० सालात प्रवास करून गेले तेव्हा ते थेट आंबिल ओढ्याच्या प्रवाहातच गेले.

आंबिल ओढ्याला पावसाळ्यात पूर यायचा. किंबहुना अजूनही येतो. ह्याच आंबिल ओढ्याने २०१९ सालच्या पावसाळ्यात काय काय हाहाकार माजवला होता ते इराला आठवले. तिच्या एका मैत्रिणीच्या घरात पाणी घुसले होते. मावशीची कार कुठल्याकुठे वाहून गेली होती. अनेक लोकही त्यात वाहून गेले होते. किती भयंकर झाले होते सगळे.

“त्या ओढ्यात होतो आपण”? इराला त्या विचारानेही भीती वाटली.

पूर्वीही असे व्हायचे. अचानक ओढ्यातील पाण्याची पातळी वाढायची आणि काठावरचे लोक वाहून जायचे. एका वर्षी आंबिल

ओढ्याच्या पूरात जवळ जवळ ४० ते ५० लोक वाहून गेले. त्यामुळे १७५५ च्या सुमारास, श्रीमंत नानासाहेब पेशव्यांनी आंबिल ओढा पुण्याबाहेर वळवला.

एकेकाळी नागझरी ओढा ही पूर्व हद्द, मुठा नदी उत्तर तर आंबिल ओढा ही पुण्याची पश्चिम हद्द होती. आंबिल ओढयाचा प्रवाह वळवल्याने मग पुणे पश्चिमेकडे वाढू लागले.

आंबिल ओढा आता मुठा नदीला वैकुंठाजवळ मिळतो. एस्. एम्. जोशी पूलाजवळ. नानासाहेब पेशव्यांनी आंबिल ओढा इथे वळवला तेव्हा हा भाग पुण्याच्या बाहेर होता.

9

काय वेग होता त्या ओढ्याला. टाईम मशिन अक्षरशः एखाद्या खेळण्यासारखे इकडे तिकडे फेकले गेले होते. त्याचा हात टाईम मशिनच्या गजावरून सटकला असता तर तिघेही त्या प्रवाहात पडले असते. काहीही होऊ शकले असते.

ते आठवूनही संजय दादाच्या अंगावर शहारा येत होता. खरेतर तो स्वतःवरच चिडला होता. इरा आणि विराज लहान होते. पण त्याच्या तरी हे लक्षात यायला हवे होते. असे कसे आपणही काही माहिती करून न घेता मुलांना घेऊन १७५० काळात गेलो?

त्याला एकदा वाटले टाईम मशिन सरळ कडी-कुलपात ठेवून द्यावे. नकोच ती कटकट. पण मग त्याला असेही वाटले की टाईम मशिन काय असे रोज रोज मिळते का? मुलांसाठी किती बहुमोल संधी आहे ही. किती वेगळा अनुभव आहे.

नाहीतर असे केले तर की ज्या कालखंडात जायचे आहे, त्याबद्दल संपूर्ण माहिती काढायची आणि मगच त्या काळात प्रवास करायचा. पण त्यातही गडबड होती. त्याने पाहिले होते १७५० मधला मुठा नदीचा प्रवाह आत्तापेक्षा जवळजवळ चौपट होता. शिवाय जो ओढा आत्ता तिथे नाही, तो त्या काळात तिथे होता.

शहरात खूपच बदल झालाय. त्या काळातली अगदी सगळी माहिती मिळवणे दर वेळी शक्य होईलच असे नाही.

मग काय करता येईल?

अगदी कुठलीही परिस्थिती आली तरी त्याला तोंड देता येईल अशी सोय टाईम मशिन मध्येच करता येईल का? ह्या विचाराने मग त्याला एकदम उत्साह आला.

इकडे मुले त्या ओढयाबद्दल माहिती मिळवत होती आणि तिकडे संजय दादा गॅरेज मध्ये रात्रंदिवस काम करत होता. इंटरनेट वर माहिती काढून, कुठे कुठे वाचून शेवटी त्याने आपली कल्पना अमलात आणलीच.

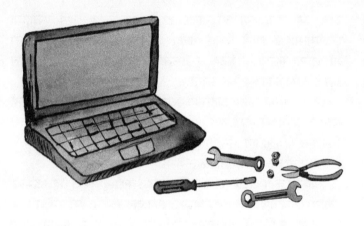

टाईम मशिनला दोन्ही बाजूला हवा भरता येतील अशा ट्यूब लावल्या, हॉवरक्राफ्टला असतात ना, तशा.

अदिती देवधर

म्हणजे जमिनीवर असताना मशिन रिक्षा सारखे चाकांवर चालेल.

इरा, विराज आणि टाईम मशिन

जर का मागच्या वेळ सारखे पाण्यात पडलेच तर त्या ट्यूब मध्ये आपोआप हवा भरली जाईल आणि मशिन होडी सारखे तरंगेल.

अदिती देवधर

आता कुठे संजय दादाला हायसे वाटले.

10

आपले त्रिकूट टाईम मशिन रिक्षातून निघाले खरे पण आज मात्र इरा आणि विराज सारखे भांडत होते. विराजला वाटत होते आपण नेहमी इरा म्हणते तेच का करायचे.

"माझे वाचन जास्ती आहे त्यामुळे मला तुझ्यापेक्षा जास्ती माहिती आहे", असा इराचा युक्तीवाद होता. दोघांची चांगलीच जुंपली होती.

शेवटी संजय दादाने सुचवले, "तुम्ही प्रत्येकी ४ चिठ्ठ्या तयार करा, प्रत्येक चिठ्ठीवर एक वर्ष असेल. मी त्या ८ चिठ्ठ्यांमधून एक चिठ्ठी निवडणार. त्या चिठ्ठीत जे वर्ष असेल आपण त्या काळात जाऊ".

हे दोघांना पटले. संजय दादाने चिठ्ठी उचलली. वर्ष निघाले १७९०.

इरा विराजला चिडवत म्हणली, "ही माझी चिठ्ठी होती. म्हणजे माझ्या मनाप्रमाणेच होणार".

झाले!! विराज आधीच चिडलेला होता, त्यात इराच्या चिडवण्यामुळे त्याचा पारा आणखीनच चढला.

एव्हाना टाईम मशिन रिक्षा सिंहगड रस्त्यावरून डावीकडे सारसबाग रस्त्यावर वळली होती. पुढे बाजीराव रस्त्याला लागून, ते शनिवार वाड्याजवळ पोहोचणार होते.

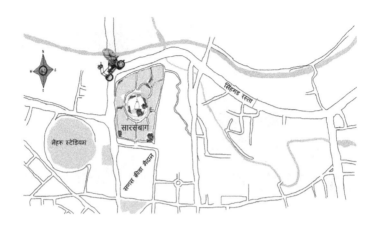

"वर्ष जर का इराच्या आवडीचे असेल तर जागा मी निवडणार!! मला नाही शनिवार वाडा बघायचा. मला ह्या इथेच १७९० मध्ये जायचे आहे", विराज म्हणाला.

इरा किंवा संजय दादाने काही हरकत घ्यायच्या आधीच, त्याने टाईम मशिनची कळ दाबलीसुद्धा.

परत एकदा, आजूबाजूचा परिसर बदलला.. आणि परत एकदा ते सगळ्या बाजूंनी पाण्याने वेढलेले होते.

"अरे! हे चाललंय काय! दर वेळी १८ व्या शतकातल्या पुण्यात गेलो की आपण पाण्यात कसे काय पडतो?", इरा म्हणाली.

ह्यावेळी मात्र टाईम मशिन पाण्यात गटांगळया खात नव्हते. संजय दादाच्या कृपेने ते होडी सारखे छान तरंगत होते. हे पाणी सुद्धा वेगळे होते. आधीच्या पाण्यासारखा वेग नव्हता. किंबहुना हे पाणी वहात नव्हतेच. ते स्थिर होते.

त्यांनी आजूबाजूला पहिले तर ते एका तळ्यात होते. तळ्यात सुंदर कमळे होती. कमळांवर चतुर उडत होते.

"मस्त"!!!! इरा आणि विराज खूश होऊन म्हणाले. ते दृश्य बघून ते दोघे त्यांचे भांडण कधीच विसरून गेले होते. तळे त्यांना भलतेच आवडले.

परत आल्यावर दोघे त्याबद्दल माहिती मिळवायच्या कामाला लागले.

11

ते होते पर्वती तळे.

श्रीमंत नानासाहेब पेशव्यांनी १७५५ च्या आसपास ह्या तळ्याची निर्मिती केली. तळे खोदताना मधोमध एक टेकाड तसेच ठेवून दिले होते. तळ्यात पाणी भरल्यावर हे टेकाड बेटासारखे दिसायला लागले. मगाशी आपण वाचले ना की आंबिल ओढा पुण्याबाहेर वळवला, तो ह्याच ठिकणाहून. पुढे श्रीमंत नानासाहेब पेशवा ह्यांचा नातू सवाई माधवराव पेशवे ह्यांनी त्या बेटावर गणपती मंदिर बांधले. हाच तो 'तळ्यातला गणपती'.

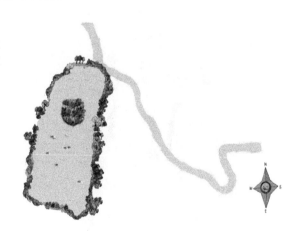

त्या तळ्याचा विस्तार २५ एकर इतका होता. २५ एकर म्हणजे १०,८९,००० स्क्वेअर फूट!! म्हणजे १००० स्क्वे. फूटाची १०८९ घरे त्यात शेजारी शेजारी मावली असती. केवढे मोठे तळे होते ना.

हिराबाग त्या तळ्याच्या काठावर होती. तेथून तळ्यात उतरायला पायऱ्या होत्या. मंदिरापर्यंत होडीनेच जावे लागे कारण मंदिर बेटावर होते ना. असे म्हणतात की सवाई माधवराव पेशवे, नाना फडणवीस, महादजी शिंदे, त्यांच्या गुप्त मसलती तळ्याच्या मधोमध, होडीत करत; इतर कोणी ऐकायचा धोका नको म्हणून.

१८१८ मध्ये पेशवाई संपल्यावर तळ्याची व्यवस्था नीट ठेवली गेली नाही. पुढे पुणे महानगर पालिकेने त्याचा काही भाग बुजवून सणस मैदान केले, रस्ते केले. नंतर उरलेल्या भागात बाग केली आणि तीच आपली सारसबाग.

ते तळे आत्ता असते तर कसे दिसले असते? विस्तीर्ण तळे, मधल्या बेटावर झाडीतून डोकावणारे गणपती मंदिर, म्हणजेच तळ्यातला गणपती!

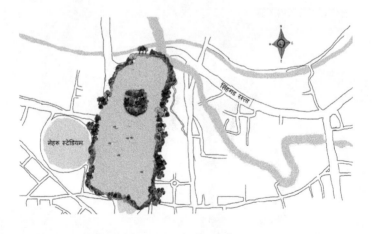

आजही, आपण सारसबागेत जाताना पायऱ्या उतरून खाली जातो

आणि मंदिरात जायला परत पायऱ्या चढून वर जातो.

कारण सारसबाग म्हणजे पूर्वीच्या पर्वती तळ्याचा खड्डा आहे. पर्वती तळ्याची आठवण म्हणून पुणे महानगर पालिकेने मंदिराभोवती छोटेसे तळे केले आहे.

“मला आपले वाटायचे त्या छोट्याशा तळ्यामुळेच त्या गणपतीला ‘तळ्यातला गणपती’ म्हणतात”, विराज म्हणाला, “पूर्वी एवढे मोठे तळे असेल असे कधी वाटलेच नाही”.

श्रीमंत नानासाहेब पेशव्यांनी जेथून आंबिल ओढा त्यावेळच्या पुण्याच्या बाहेर वळवला होता ती भिंत अजूनही आहे. ओढ्याचे पाणी तलावात सोडण्यासाठी त्या भिंतीत पूर्वी एक दार होते.

अदिती देवधर

12

माहिती नसलेल्या पाण्यात उगीच उतरू नये असे लोक म्हणतात. आपल्या त्रिकूटाने बरोब्बर तेच केले होते आणि ते सुद्धा दोनदा!! पाण्यात कितीतरी धोके असू शकतात. मगरी असतात, भोवरे असतात.

१८ व्या शतकातल्या पुण्यात गेले आणि दोन्ही वेळा पाण्यात पडले. दुसऱ्या वेळचा अनुभव इतका वाईट नव्हता. तो तलाव खूपच सुंदर होता. टाईम मशिन ह्यावेळी छान तरंगले होते.

पण तरीही सध्या जिथे पाणी नाही तिथे त्या काळात पाणी होते. त्यांनी टाईम ट्रॅव्हल चालू ठेवला तर अशी वेळ परत परत येणार. काहीतरी केले पाहिजे; संजय दादा मुलांच्या सुरक्षिततेचा विचार करत होता.

त्याचे विचारचक्र चालू होते तेवढ्यात त्याच्या मित्राचा फोन आला. हा मित्र जी. आय. एस्. मॅपिंग करायचा. ड्रोनच्या सहाय्याने नदी खोरे, डोंगर, ह्या सगळ्याचा नकाशा तयार करणे हे त्याचे काम होते. मित्राशी बोलताना संजय दादाला एकदम कल्पना सुचली. त्याने त्याबद्दल मित्राशी चर्चा केली आणि त्यांच्या समस्येवरचा तोडगाच मिळाला.

संजय दादाने इरा आणि विराजला लगेच फोन केला आणि पुढचा प्रवास कुठल्या काळात करायचा आणि कुठल्या जागेवर ते ठरवायला सांगितले.

पण ह्यावेळी काही अटी होत्या. मुलांनी भांडता कामा नये ही मुख्य अट! ज्या काळात जायचे आहे, त्या काळातल्या त्या जागेचा पूर्ण अभ्यास करून मगच तिथे जायचे. म्हणजे निदान टाईम मशिन उभे राहू

शकेल एवढी सुरक्षित जागा तिथे नक्की पाहिजे. पाणी नाही, कडा नाही ह्याची खात्री पाहिजे.

ही शेवटची अट मुलांना नीट कळली नाही. टाईम मशिन उभे राहू शकेल एवढी जागा? पण एका जागी उभे राहून काय उपयोग? आजूबाजूचा भागही कळला पाहिजे ना त्या काळातला. तो प्रदेश हिंडून बघण्यात तरच खरी मजा.

नक्की काय बेत होता संजय दादाचा?

संजय दादाने त्याच्या मित्राकडून एक जुने ड्रोन मिळवले होते. ह्या ड्रोन मध्ये जी. पी. एस्. तंत्रज्ञान नव्हते. त्यामुळे त्याला दिशा देणे, त्याच्या मार्गात काही अडथळा नाही ना हे आपल्याला स्वतः बघावे लागायचे.

हे तिघे ज्या काळात जाणार होते त्या काळात काही कृत्रिम उपग्रह नव्हते ना ड्रोनला दिशा दाखवायला. म्हणून ज्याला हे तंत्रज्ञान लागणार नाही असेच जुने ड्रोन आणि त्याबद्दल सर्व माहिती दादाने मित्राकडून घेतली होती.

हव्या त्या काळात, हव्या त्या जागेवर जायचे. टाईम मशिन रिक्षा सुरक्षित उभी करायची. ड्रोन आकाशात सोडून आजूबाजूच्या प्रदेशाचे फोटो काढायचे, व्हिडिओ रेकॉर्डिंग करायचे आणि शक्य तेवढ्या लवकर परत आपल्या काळात यायचे.

इरा, विराज आणि टाईम मशिन

मग शांतपणे आपल्या घरात सुरक्षित बसून ते व्हिडिओ आणि फोटो बघायचे. त्यातून त्या वेळचा प्रदेश आणि त्याबद्दलची माहिती मिळवायची अशी त्याची कल्पना होती.

मुलांना काही ही कल्पना फारशी आवडली नव्हती. त्या काळात जायचे, टाईम मशिन रिक्षातून फेरी मारून सगळा भाग बघायचा असे त्यांना वाटत होते. त्यातच तर खरी मजा आहे ना.

पण संजय दादा ऐकायलाच तयार नव्हता. आपल्याला रिक्षा नेहमीची आहे त्यामुळे आपल्याला काही अप्रूप नाही. पण जुन्या काळातल्या लोकांनी अशी रिक्षा चाललेली पहिले तर ते काय करतील? काहीतरी काळी जादू वगैरे वाटेल ना त्यांना. शिवाय आपण ज्या काळात जातो त्या लोकांपेक्षा आपण वेगळे दिसतो. आपले कपडे वेगळे आहेत, आपली भाषा वेगळी आहे. ते लोक कसे वागतील, घाबरतील का? आपल्यावर हल्ला करतील का? काहीच सांगता येत नाही. संजय दादाने त्यांना समजावले.

ड्रोनच्या साहाय्याने त्या प्रदेशचे रेकॉर्डिंग करून लगेच परत येणे हे बरे. किंबहुना अशा तऱ्हेने आपण टाईम ट्रॅव्हल करणार असू तरच, नाहीतर नाही. त्याने अशी ताकीदच दिली. मग मात्र मुलांचा नाईलाज झाला. त्यांनी थोड्या नाखुषीनेच होकार दिला.

विराजला कॉम्प्युटर बद्दल खूप माहिती होती, त्यातला किडाच होता तो! परत आल्यावर ड्रोनने काढलेले फोटो, व्हिडिओ तो लॅपटॉपवर ठेवून द्यायचा. मग इरा ते बघून, पुस्तके वाचून तेव्हाचा प्रदेश आणि आत्ताचा, असा अभ्यास करायची. काय काय बदल झाले ते तपासायची.

सुरुवातीला मुलांनी कुरकुर केली तरी आता त्यांना संजय दादाची ही पद्धत सोयीस्कर वाटत होती.

असाच एक दिवस विराज ड्रोनने काढलेला व्हिडिओ बघत होता. त्यांच्या नुकत्याच केलेल्या टाईम ट्रॅव्हलचा व्हिडिओ होता तो. नदीकाठच्या भागाचा १३ व्या शतकातला. विराज चमकला. काहीतरी विचित्र होते.

तिथे गवतावर, फांद्या आणि दगड वापरून काहीतरी लिहिलेले आहे असे वाटत होते. नीट बघितल्यावर विराजने ती अक्षरे ओळखली.

अदिती देवधर

13

विराजने फोन केल्यावर काही वेळातच इरा आणि संजय दादा त्याच्या घरी हजर झाले. आता तिघेही लॅपटॉप वरच्या त्या दृश्याकडे बघत होते. फांद्या आणि दगड वापरून HELP ही अक्षरे नदीकाठी गवतात लिहिलेली होती.

कदाचित फांद्या आणि दगड नुसते पडले असतील आणि HELP ह्या सारखा आकार आपोआप झाला असेल?

आकाशात नाही का आपल्याला वेगवेगळ्या आकाराचे ढग दिसतात? कधी ससा, कधी आणखी काही. तसेच झाले असेल का?

पण नाही, कितीही वेगवेगळ्या बाजूने पहिले तरी ती मुद्दाम रचल्यासारखीच दिसत होती. हे कसे शक्य आहे?

हे रेकॉर्डिंग त्यांच्या १३ व्या शतकातल्या टाईम ट्रॅव्हलचे होते. त्यावेळी पुण्यात इंग्रजी कोणाला येत असेल? प्रश्न तेवढाच नव्हता. कोड्यात टाकणारी आणखी एक गोष्ट होती.

एका जागी थांबून तिघांनी ड्रोन हवेत सोडले होते. काही अंतर जाऊन ड्रोन परत त्यांच्याकडे आले. ह्या सगळ्या प्रवासाचे चित्रीकरण म्हणजे तो व्हिडिओ होता. गंमत म्हणजे ड्रोनच्या परतीच्या प्रवासात गवतावर हा शब्द दिसत होता. ते गेले तेव्हा त्या जागी शब्द नव्हता.

म्हणजे ड्रोनचे जाणे आणि परत येणे ह्या मधल्या थोड्याशा वेळात कोणीतरी घाईघाईने फांद्या आणि दगड रचून ती अक्षरे लिहिली होती. ह्याचा अर्थ, त्या काळातल्या कोणाला तरी केवळ इंग्रजी येत नव्हते; तर ड्रोन काय आहे हेही माहीत होते. ड्रोन दिसले तेव्हा ते परत येथूनच

जाणार हे कोणालातरी माहीत होते. आणि म्हणूनच गवतात ती अक्षरे लिहून हा कळकळीचा संदेश त्यांनी पाठवला होता.

पण कसे शक्य आहे? विचार करून करून तिघांच्या डोक्याचा भुगा झाला. आपण परत त्या काळात जाऊ. तिथेच आपल्याला उत्तर मिळेल असे इरा आणि विराजचे मत होते. संजय दादा अस्वस्थ होता. त्याला हे सगळेच फार विचित्र वाटत होते.

त्यांना सगळ्या प्रश्नांची उत्तरे लवकरच मिळणार होती; अगदी अनपेक्षितपणे आणि त्यांनी कल्पनाही केली नसेल अशा व्यक्तीकडून.

वीणा ही इराची मामेबहीण. बहिणीपेक्षा दोघी जास्ती मैत्रिणीच होत्या. तुळशीबागेत जाऊन धमाल करायची, ट्रेकिंगला जायचे, पुस्तक प्रदर्शनाला भेट द्यायची अशा त्यांच्या आवडत्या गोष्टी होत्या.

आज इरा आणि वीणा, प्रियाचे पेंटिंग प्रदर्शन बघायला आल्या होत्या. प्रिया ही वीणाची जवळची मैत्रिण, कला महाविद्यालयात दोघी एकत्र शिकल्या होत्या.

त्या दोघींना बघून प्रियाला खूप आनंद झाला. वीणा आणि तिच्या लगेच गप्पा सुरू झाल्या. इरा पेंटिंग्ज बघायला लागली.

अदिती देवधर

प्रियाची पेंटिंग्ज खरोखरच खूप सुंदर होती. कधी जंगल, कधी नदी, कधी कुठली ऐतिहासिक जागा; सगळ्या प्रियाने छान साकारल्या होत्या. तिचे कौशल्य, रंगसंगतीची जाण, सगळे खूपच छान होते. एकेक पेंटिंग बघत इरा चालली होती.

एका पेंटिंग समोर ती थबकली. कोणीतरी पायाखालची जमीनच खेचून घेतली आहे असे तिला वाटले.

इरा, विराज आणि टाईम मशिन

हे पेंटिंग एका देवळाचे होते. नदीकाठचे देऊळ आणि घाट. हे देऊळ इराच्या ओळखीचे होते. तिने ते बघितले होते.. १८६० साली..

14

इराला एवढा धक्का का बसला? पुण्यात कितीतरी देवळे आणि नदीचे घाट होते. १०० वर्षांपूर्वी पर्यंत लकडी पूल ते संगमापर्यंत मुठा नदीला तर असे चौदा घाट होते. त्यात काय एवढे?

इराला धक्का बसला कारण हे देऊळ आणि घाट आता ह्या स्वरूपात अस्तित्वात नव्हते.

इतिहास तज्ज्ञांनाही ह्याच्या मूळ रुपाबद्दल फारशी माहिती नव्हती. १९६१ सालच्या पानशेतच्या पुरात तर त्याचे आणखीनच नुकसान झाले होते. जे काही आज तिथे उरले होते त्यावरून हे देऊळ पूर्वी कसे असेल ह्याचा अंदाज बांधणे शक्य नव्हते.

मग प्रियाला एवढे तपशील कसे कळले? तेही अगदी तंतोतंत!

इराने, संजय दादा आणि विराजला हे सांगितले.

लगेच दुसऱ्या दिवशी तिघे संजय दादाच्या गॅरेजमध्ये भेटले. प्रियाच्या परवानगीने इराने त्या पेंटिंगचे फोटो काढले होते. ते देऊळ आणि घाट दोघांनीही ओळखले.

त्यांच्याकडचा १८६०चा फोटो आणि पेंटिंगची तुलना केली. हे तेच आहे ह्याबद्दल तिघांचीही खात्री झाली.

मग प्रियाला ते देऊळ कसे होते हे कळले कसे? तिने हे पेंटिंग कसे काय केले?

हे कोडे सोडवण्याचा एकच उपाय होता आणि तो म्हणजे प्रियाला भेटणे.

दुसऱ्या दिवशी प्रियाला फोन करून तिघे तिच्या घरी पोहोचले.

तिच्या घरात कुठे कॅनव्हास, कागद, कुठे रंगाचे सामान, कुठे तयार पेंटिंग्ज, संदर्भ पुस्तके असे पसरले होते. एका पुस्तकांच्या गठ्ठयावर तिच्या मनू बोक्याने मस्त ताणून दिली होती. हे तिघे आले तरी त्या पठ्ठ्याच्या झोपेत अजिबात व्यत्यय आला नाही.

चित्राचे सामान आणि पुस्तके सरकवून प्रियाने तिघांना बसायला जागा करून दिली. ते पोहोचले तेव्हाही प्रिया नवीन चित्र रंगवत होती. तिचा एप्रनवर ठिकठिकाणी रंग लागलेला होता.

अदिती देवधर

एकीकडे चहाचा कप आणि दुसरीकडे रंग, ऑईल आणि टरपेंटाईन होते.

"प्रिया ताई, कधीतरी चुकून चहाच्या ऐवजी टरपेंटाईनचा घोट घेशील", इराने तिला चिडवले.

"अजून टरपेंटाईन प्यायले नाही. पण एकदा टरपेंटाईनऐवजी चहाच्या कपात पेंटब्रश मात्र बुडवला होता", प्रिया हसत हसत म्हणाली.

इराने ओळख करून दिली. प्रियाने सगळ्यांचे स्वागत केले. थोडे इकडचे तिकडचे बोलणे झाल्यावर तिघांनी थेट विषयालाच हात घातला.

प्रियाला ती जागा काय आहे वगैरे काहीच माहीत नव्हते. तिला ते देऊळ, घाट आणि शेजारून वाहणारी नदी हे दृश्य खूप आवडले म्हणून तिने पेंटिंग केले, बस्स!

"पण तू ते देऊळ पाहिलेस कुठे?", विराजने विचारले.

प्रियाने सांगितले की तिने तिच्या बहिणीच्या, रियाच्या फोटो संग्रहात तो फोटो बघितला होता. किंबहुना आत्ता ही तिच्याकडे तो फोटो होता. तिने लगेच फाईल मधून तो काढून दिला.

तिघे बघतच राहिले. तीच जागा, काहीच शंका नाही. १९ व्या शतकाच्या मध्यावर ही जागा जशी दिसत होती तशीच.

"चला, रिया ताईला भेटायला जाऊ", विराजने जवळ जवळ उडीच मारली, "इरा, संजय दादा, चला, चला!!", तो म्हणला.

प्रियाच्या चेहेऱ्यावरचे बदललेले भाव त्याच्या उत्साहात त्याला लक्षातच आले नाहीत. पण इरा आणि संजय दादाने ते टिपले. प्रियाचा चेहरा एकदम पडला होता. तिच्या डोळ्यात पाणी आले होते.

"काय झाले प्रिया ताई?", इराने काळजीने विचारले. आत्ता कुठे विराजच्याही लक्षात आले की मगाशी हसतमुख असलेला प्रियाचा चेहरा आता रडवेला झाला होता. इरा तिच्या जवळ गेली. मग मात्र प्रियाचा बांध फुटला. ती रडायलाच लागली. इरा तिला समजावत होती. विराज पाणी घेऊन आला. मनू बोक्यालाही काहीतरी गडबड आहे हे लक्षात आले. तो त्याची जागा सोडून प्रियाच्या मांडीवर येऊन बसला.

इरा, विराज आणि टाईम मशिन

संजय दादाने विचारले, "काय झालंय, आम्ही काही मदत करू शकतो का?"

थोड्या वेळाने प्रिया सावरली. तिने सांगितले, "तीन महिन्यांपासून रिया गायब आहे".

"काय???" तिघे एकसुरात ओरडले.

15

रिया ही प्रियाची मोठी बहीण. लहानपणापासून रियाला फिजिक्स म्हणजे पदार्थ विज्ञानाची खूप आवड होती. प्रियाला पाठ्यपुस्तकांचा जाम कंटाळा होता. रिया मात्र गोष्टीची पुस्तके वाचावीत तशी ही पुस्तके वाचायची.

पदार्थ विज्ञानात डॉक्टरेट करण्यासाठी रिया पुढे बंगलोरला गेली. डॉक्टरेट पूर्ण करून त्याच संस्थेत ती संशोधन करत होती.

मागच्या वर्षी त्यांच्या संस्थेने सावित्री बाई फुले पुणे विद्यापीठाबरोबर एक प्रकल्प सुरू केला होता. त्या प्रकल्पाच्या निमित्ताने २ वर्षांसाठी रिया परत पुण्यात आली होती. विद्यापीठाजवळच एका घरात ती भाड्याने रहात होती.

एक दिवस रियाच्या प्रकल्प सहकाऱ्याने प्रियाला फोन केला. रियाचा फोन लागत नव्हता. तो घरी जाऊन आला पण ती घरीही नव्हती. दोन आठवड्यांपासून तिने ईमेलवरही काही संपर्क केला नव्हता. त्याला काळजी वाटली. रिया कुठे बाहेरगावी गेली असेल; का घरी काही अडचण आहे, असे त्याला वाटले. खात्री करून घ्यायला त्याने प्रियाला फोन केला.

तीन-चार दिवसांपूर्वी प्रियाने रियाला फोन केला होता. तिचा फोन बंद होता. संशोधनात गढली की रिया फोन चार्ज करायचे सुद्धा विसरायची. त्यामुळे तेव्हा प्रियाला काहीच वाटले नव्हते.

प्रियाकडे रियाच्या घराची किल्ली होतीच. काळजी वाटून प्रियाने रियाचे घर उघडले.

ओट्यावर पातेल्यात दूध होते, त्याला बुरशी आलेली होती. फुलदाणीत फुले पार वाळून गेलेली होती.

अदिती देवधर

रियाने बाल्कनीत भरपूर रोपे लावली होती, तीही सुकली होती.

म्हणजे गेले काही दिवस तरी रिया घरी नव्हती. शेजाऱ्यांनीही तिला दोन आठवड्यापासून बघितले नसल्याचे सांगितले.

एकदा संशोधनात गुंतली की रियाला आजूबाजूची काही शुद्ध नसायची. दिवसेंदिवस ती घराबाहेर पडायची नाही. अखंड पुस्तकात बुडलेली असायची. आत्ताही गेले काही महिने ती कुठल्या तरी गोष्टीचा अभ्यास करत होती.

प्रियाला आणि रियाच्या शेजाऱ्यांना तिची ही सवय माहीत होती. त्यामुळे कोणालाच फारसे आश्चर्य वाटले नव्हते.

प्रियाने घर परत नीट बघितले. ओट्यावर कुकर होता.

प्रियाने तो उघडला. कुकर मध्ये भात होता. अगदी खराब होऊन गेला होता.

ती कुठे गावाला गेली असती तर एक तर प्रियाला तिने सांगितले असते. शिवाय असे अन्न, दूध टाकून गेली नसती.

अदिती देवधर

वॉशिंग मशिन मध्येही कपडे होते, धुतलेले; वाळत न घालता तसेच आत पडले होते.

एकूण सगळे बघून असे वाटत होते की कुठेतरी जवळपास जायला म्हणून रिया घरातून बाहेर पडली असावी; थोड्याच वेळात परत येणार म्हणून.

आता मात्र सगळ्यांना काळजी वाटली. काय झाले असावे? ती बाहेर गेलेली असताना, कोणीतरी पळवून नेले असेल का? पण तिला का कोणी पळवेल? त्या काही श्रीमंत वगैरे नव्हत्या की खंडणीसाठी कोणी अपहरण करावे.

काही अपघात झाला असेल का?

ना ना शंका प्रियाच्या मनात यायला लागल्या. रियाच्या शेजारच्या काका- काकूंनी सुचवले, आपण पोलिसात तक्रार देऊ. ते दोघेही प्रियाबरोबर पोलिस चौकीत गेले, तिला धीर दिला.

पोलिसांनी तक्रार लिहून घेतली. रियाचे अपहरण झाले असते तर प्रियाला फोन वगैरे आला असता. गेल्या दोन आठवड्यात घडलेल्या अपघातातसुद्धा रियाच्या वर्णनाचे कोणी नव्हते. अपहरण आणि अपघात ह्या शक्यता नसल्याचे पोलिसांचे मत झाले. आम्ही शोध घेतो,

तुम्हाला कळवतो असे त्यांनी आश्वासन दिले.

पोलिसांकडून काही कळण्याची प्रियाने वाट पाहिली. महिना झाला पण काहीच हाती लागले नाही. मग मात्र तिने ठरवले की आता आपणच शोध घ्यायचा. फेसबुक, व्हॉट्सअ‍ॅप, इंस्टाग्राम, ट्विटर सगळीकडे तिने मोहीम सुरू केली. रियाचा फोटो सगळीकडे पाठवला. कोणी तिला पाहिले असेल तर संपर्क करा म्हणून सांगितले.

पण कोणीच पुढे आले नाही. लोकांनी प्रियाला धीर दिला. आम्ही तुझ्या पाठीशी आहोत म्हणून सांगितले. रियाचा लवकर शोध लागावा म्हणून आम्हीही प्रार्थना करतो, असे कळवले. पण माहिती काही मिळाली नाही.

मग तिने ठरवले आपण माहिती देणाऱ्यासाठी काहीतरी भरघोस बक्षीस जाहीर करावे, म्हणजे तरी कोणी पुढे येईल. त्यासाठीच पैसे जमवायचे म्हणून प्रियाने तिच्या पेंटिंग्जचे प्रदर्शन आयोजित केले होते.

थोडा वेळ सगळेच गप्प होते.

म्हणजे आता रहस्ये दोन होती! एक म्हणजे रियाचे गायब होणे आणि दुसरे की जे देऊळ आता अस्तित्वात नाही त्याचा सुस्थितीतला फोटो रियाकडे असणे.

ह्या दोन्ही गोष्टींचा एकमेकांशी संबंध असेल का? कसा शोध घ्यायचा? सुरुवात तरी कुठे करायची? संजय दादाने सुचवले की आपण परत एकदा रियाच्या घरात शोध घेऊ. तिथे काही दुवा मिळतो का ते बघू. एका डोक्यापेक्षा चार डोकी कधीही चांगली ना! प्रियालाही आशा वाटली; आपण सगळ्यांनी शोध घेतला तर काहीतरी मिळेल.

"आणखी काही फोटो मिळतात का ते तुम्ही दोघे बघा; मी कागदपत्रे बघतो; प्रिया तू कपाटात काही मिळतंय का बघ", संजय दादाने सगळ्यांना कामे नेमून दिली.

पण तासभर शोधून सुद्धा काही हाती लागले नाही. त्यांना वाटले होते तसे आणखी फोटोही मिळाले नाहीत.

16

घरी संजय दादा काम करत बसला होता. जानेवारी मध्ये तो मित्रांबरोबर हिमालयात गिर्यारोहणाला गेला होता. ते फोटो त्याने कॅमेऱ्यातून लॅपटॉपवर ठेवले होते, पण त्यांना नीट नावे देऊन, ते व्यवस्थित क्रमाने लावून ठेवायचे राहून गेले होते. आज ते काम करायचेच असे त्याने ठरवले होते. लॅपटॉप वरचे फोटो बघताना अचानक त्याला लक्षात आले.

अरे, हल्लीच्या काळात फोटोची प्रिंट कोण घेते? आपलेही सगळे फोटो लॅपटॉपवरच आहेत. पूर्वीसारखे प्रिंट करून, अल्बम मध्ये वगैरे आपण कुठे लावतो हल्ली?

रियाने काही फोटो प्रिंट केले असतील, ज्यातलाच एक प्रियाला मिळाला. पण ती सगळे कशाला प्रिंट करेल? म्हणजे फोटो जर असतील तर तिच्या फोनवर किंवा कॅमेऱ्यात किंवा लॅपटॉप मध्ये! आपणही वेड्यासारखे प्रिंट शोधत बसलो, त्याने डोक्याला हात लावला.

रियाकडे कॅमेरा नव्हता. ती फोन वरच फोटो काढायची. रियाचा फोन काही प्रियाला मिळाला नव्हता. पण रियाचा लॅपटॉप तिच्या घरातून प्रिया घेऊन आली होती. आता लॅपटॉपच काय तो दुवा होता, रियाला शोधण्याचा.

पण लॅपटॉपला पासवर्ड होता. मग काय, आपला कॉम्प्युटर किडा लागला कामाला आणि अगदी ५ मिनिटांत त्याने पासवर्ड ओळखला सुद्धा.

"पासवर्ड कसा काय कळला तुला?", प्रियाने आश्चर्याने विचारले.

इरा, विराज आणि टाईम मशिन

रियाने १२३४५ असा पासवर्ड ठेवला होता. विराज म्हणाला, "अगदीच सोपे होते. बरेच लोक हा पासवर्ड ठेवतात. सर्वसामान्यपणे वापरला जाणारा हा पासवर्ड आहे".

हाच पासवर्ड ठेवायचा होता तर नसता ठेवला तरी चालले असते, तो म्हणला, अर्थात मनातल्या मनात.

लॅपटॉपवर विविध फोल्डर्स होते, १३००, १५८०, १७४० वगैरे नावाचे.

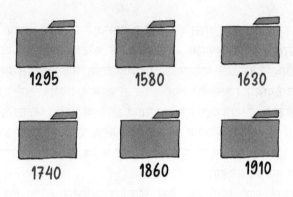

विराजने १८६० नावाचा फोल्डर उघडला. त्यांच्या अपेक्षेप्रमाणेच, प्रियाने ज्यावरून पेंटिंग केले होते, तो फोटो त्यात होता.

आणखीही बरेच फोटो होते, पुण्याचे, वेगवेगळ्या काळातले.

रियाच्या घरात इराने एच्. जी. वेल्सचे टाईम मशिन पुस्तक पाहिले होते. त्यात खुणा म्हणून काही कागद घातलेले होते. रिया पदार्थविज्ञानात तज्ञ होती. ती पुण्यात रहात होती. इरा आणि विराजला खरेखुरे टाईम मशिन मिळाले होते तेही पुण्यातच. इराला सगळे जिगसॉ सारखे वाटत होते. एकेक तुकडा जोडण्याचा इरा प्रयत्न करत होती.

"विराज!! लॅपटॉपवर टाईम मशिनचे काही फोटो आहेत का?" तिने विचारले.

प्रियाला इराच्या वाक्याचा अर्थ कळला नाही. पण विराज आणि संजय दादाला लगेच लक्षात आले.

विराजने शोधायला सुरुवात केली आणि काही वेळातच त्याला डॉक्युमेंट्स सापडली. बऱ्याच नोट्स होत्या. बरीच समीकरणे होती. त्यातून फारसा अर्थबोध होत नव्हता. पण शेवटी त्यांना फोटो सापडला. सेल्फी होती, रियाने टाईम मशिन बरोबर घेतलेली. टाईम मशिन, त्यांचे टाईम मशिन!!

17

अजूनही बरेच अनुत्तरित प्रश्न होते. पण आता कोड्याचा निदान एक भाग तरी सुटला होता.

इराने जाहीर केले, "प्रिया ताई, आम्हाला रिया ताई कुठे आहे ते माहीत आहे".

"कुठे"? प्रियाने विचारले.

"ती पुण्यातच आहे, पण २०२१ मध्ये नाही; तर १२९५ मध्ये", संजय दादा म्हणला.

आता प्रिया पुरतीच गोंधळून गेली. त्यांनी प्रियाला सगळे सांगितले. टाईम मशिन मिळाल्यापासून ते गवतावरच्या अक्षरांपर्यंत, सगळे. ती अक्षरे लिहिणाऱ्या व्यक्तीला इंग्लिश येत होते आणि ड्रोन काय आहे हेही माहीत होते, तेही १३व्या शतकात! तेव्हाच ह्या तिघांना वाटले होते की आपल्याच काळातले कोणीतरी तिथे आहे.

तेव्हा ते सगळेच खूप विचित्र आणि अशक्य वाटले होते. पण आता अर्थ सरळ होता.

रियाने टाईम मशिन तयार केले. तिने भूतकाळात विविध कालखंडात बऱ्याच वेळा प्रवास केला. काही कारणाने ती १३व्या शतकात, १२९५ मधल्या पुण्यात आता अडकली होती.

तिथे प्रवास करून थोड्याच वेळात परत येणार असा तिचा बेत असणार. त्यामुळेच तिच्या घरी कुकर मध्ये भात तसाच होता, दूध ओट्यावर होते, कोणालाच न सांगता ती गेली होती. पण तसे झाले नाही. काहीतरी गडबड झाली होती. टाईम मशिन ह्या काळात परत आले,

फक्त रिया तिकडे राहिली? असे कसे झाले हे काही नीट कळत नव्हते.

आत्ता तो सगळा विचार करायला वेळही नव्हता. रियाची सुटका करणे हेच पहिले काम होते.

प्रिया हे पचवायचा प्रयत्न करत होती. फारच विचित्र होते सगळे. एखाद्या वैज्ञानिक कथेमध्येच घडू शकेल असे तिच्या बहिणीच्या आयुष्यात प्रत्यक्ष घडत होते.

संजय दादा विचार करत होता. त्या काळात रिया काही कारणाने अडकली आहे. तिथे जाऊन तिला सोडवणे गरजेचे होतेच. पण मुलांना घेऊन जाणे कितपत सुरक्षित असेल? रिया जर संकटात असेल, तर मुलांना तिथे नेऊन त्यांनाही संकटात टाकण्याऐवजी मी एकटा जातो, असे त्याने जाहीर केले. त्याने एकट्याने जाण्याला मात्र मुलांनी जोरदार विरोध केला. काही धोका असेल तर तू एकटा असण्यापेक्षा आपण तिघे असलेले चांगले असे त्यांचे मत होते.

शेवटी संजय दादाने मान्य केले. प्रियालाही त्यांच्याबरोबर जायची इच्छा होती. संजय दादाने तिला समजावले, “तू रियाचे स्वागत करायला इथेच थांब. आम्ही तिला घेऊन येतो”.

इरा, विराज आणि टाईम मशिन

त्रिकूट टाईम मशिन रिक्षातून निघाले. नदीकाठी जिथे गवतात अक्षरे बघितली होती त्या ठिकाणी पोहोचले.

इराला ती व्हिडिओ क्लिप आठवली. मुठा नदी किती स्वच्छ आणि सुंदर दिसत होती. हिरव्यागार झाडीतून, खोडकर मुलांसारखी लपतछपत, खळाळत वाहणारी मुठा!! केवढा मोठा प्रवाह होता तिचा.

पुणे शहर मोठे झाले आणि नदी लहान होत गेली. धरणात तिचे पाणी अडवल्याने केवढीशी झाली आहे आता. सर्व प्रकारचा कचरा, काळे, गढूळ पाणी घेऊन वाहणारी, सिमेंटच्या काठात बंदिस्त केलेली मुठा बघून तिला कसेतरीच वाटले.

"इरा!!!!" विराजच्या हाकेने इरा भानावर आली.

"चला, चला", ती घाईने म्हणाली. इराने तारीख, महिना आणि वर्ष पक्के केले आणि कळ दाबली.

नेहमी प्रमाणे आजूबाजूचा परिसर बदलला आणि क्षणार्धात ते त्याच ठिकाणी, १३व्या शतकातल्या पुण्यात पोहोचले होते.

अजूनही तिथे गवतावर अक्षरे होती. लोकांच्या आणि गुरांच्या वावराने बहुदा थोडी हलली होती.

चला, जागा तरी बरोब्बर होती.

संजय दादाने टाईम मशिन नदीकाठच्या झाडीत लपवून ठेवले.

रियाला शोधायचे कसे हा प्रश्न होता. ते आले आहेत हे तिला कसे कळेल?

संजय दादाने ड्रोन आकाशात सोडले. विराजने काही हिंदी, मराठी गाणी मोबाईलवर आणली होती. त्याने ती मोठ्या आवाजात वाजवायला सुरुवात केली. १० मिनिटे झाली काहीच घडले नाही. इराने रियाला हाक मारायला सुरुवात केली.

त्यांच्या आवाजामुळे लांबून काही लोक त्यांच्याकडे बघू लागले. त्याला इलाज नव्हता. संजय दादाची काळजी मात्र वाढत होती.

अचानक काही अंतरावर, झुडपात हालचाल जाणवली. काय होते ते? कोणीतरी झुडुपातून बाहेर आले. अंगाभोवती घोंगडी गुंडाळलेली होती, हातात मोठी काठी होती आणि ती व्यक्ती त्यांच्या दिशेलाच येत होती.

संजय दादाने मुलांना लगेच टाईम मशिनकडे ढकलले. ड्रोन त्याची चक्कर पूर्ण करून आले होते. वेळ पडली तर ड्रोन तसेच टाकून यायचीही त्याची तयारी होती. त्याने वर्ष, तारीख टाईम मशिन वर पक्के केले आणि तो कळ दाबणारच इतक्यात इराने त्याला थांबवले.

त्यांच्याकडे येणारी व्यक्ती धोकादायक वाटत नव्हती. किंबहुना ती जोरजोरात खाणाखुणा करत होती, ओरडून काहीतरी सांगायचा प्रयत्न करत होती. थांबा असे हाताने पळता पळता सांगत होती. इराची खात्री झाली ती रियाच आहे.

त्या व्यक्तीच्या मागे काही लोक होते. तेही पळत होते आणि त्यांच्या दिशेलाच येत होते. संजयने थांबवायचा प्रयत्न केला पण तोपर्यंत इरा टाईम मशिन मधून उतरली आणि त्या व्यक्तीच्या दिशेने जाऊ लागली. संजय आणि विराज बघतच राहिले.

आत्तापर्यंत त्या व्यक्तीलाही तिचा पाठलाग करणारे लोक दिसले होते. तिने घोंगडी फेकून दिली आणि जोराने इराच्या दिशेने धावली.

हो! ती रियाच होती! तिचे कपडे वेगळे होते, त्यांचासारखे नव्हते. पण ती रिया होती हे नक्की!! इराने रियाचा हात धरला आणि त्या दोघी टाईम मशिन कडे पळत यायला लागल्या. संजय दादाने टाईम मशिन रिक्षा सुरू केली आणि त्या दोघींच्या दिशेला जायला लागला, त्यांच्यातले अंतर कमी करायला.

टाईम मशिन रिक्षा हलताना बघून, रियाचा पाठलाग करणारे लोक थबकले. एक माणूस मात्र पुढे धावलाच. इरा टाईम मशिन रिक्षात शिरली. तिने रियाला हात देऊन आत ओढले. तो माणूस ही आता अगदी जवळ पोहोचला होता. त्याने टाईम मशिन रिक्षाचा गज पकडला. विराजने रियाच्या हातातली काठी ओढून घेतली आणि त्या माणसाच्या हातावर मारली.

काठीच्या तडाख्याने त्याने कळवळून हात मागे घेतला. इराने कळ दाबली आणि काही क्षणात ते आपल्या काळात परत आले. अगदी

थोडक्यात बचावले होते.

आपल्या काळात आल्यावर सगळ्यांनाच हुश्श झाले. रिया टाईम मशिन मधून उतरली. आजूबाजूला रहदारीचा आवाज होता. कर्कश्श हॉर्न वाजत होते. जवळच दोन माणसे कशावरून तरी जोरजोरात भांडत होती. नदीपात्राच्या कडेला कचऱ्याचा ढीग जाळला होता, काळा धूर सगळीकडे पसरला होता.

एरवी रियाला ह्या गोष्टींचा भयंकर राग आला असता. पण आत्ता ह्या क्षणी ते सगळे ओळखीचे, नेहमीचे आणि म्हणूनच छान वाटत होते. आश्वासक वाटत होते.

तिला एकदम सुरक्षित वाटले. एवढे दिवस दाबून ठेवलेली भीती, दुःख सगळे बाहेर आले. ती तिथेच नदी काठावर बसून जोरजोरात हुंदके देऊन रडू लागली.

तिघांना तिच्या भावना कळत होत्या. ते त्या काळात केवळ १०-१५ मिनिटेच होते पण केवढे घाबरले होते. रिया त्या ठिकाणी ३ महिने राहिली होती, तेही एकटी! सुटकेची कुठलीही आशा नाही, अशा परिस्थितीत.

तिघांनीही तिला मिठी मारली. तेवढ्यात “रिया!!!” अशी हाक ऐकू आली. प्रिया पळत पळत त्यांच्या दिशेला येत होती.

कितीही नाही म्हणले तरी तिला घरी थांबणे शक्यच नव्हते. रिया येईल तेव्हा तिचे स्वागत करायला ती नदीकाठावर येऊन थांबली होती.

18

दुसऱ्या दिवशी रियाने तिघांना तिच्या घरी जेवायला बोलावले होते. प्रिया होतीच. सगळे जेवायला बसल्यावर रियाने विचारले, "तुम्हाला टाईम मशिन मिळाले कुठे?"

इरा आणि विराजकडे एवढे प्रश्न होते की काय आणि कधी विचारू असे त्यांना झाले होते. तिला एवढे सांगायचे होते, एवढे काही विचारायचे होते. त्यांना मिळालेले टाईम मशिन रियाने स्वतः तयार केले आहे हे कळल्यापासून त्यांना तिच्याबद्दल प्रचंड आदर निर्माण झाला होता. दोघांनी तिला जुन्या बाजारातल्या फेरीबद्दल सांगितले, तिथे दुकानात अचानक मशिन कसे मिळाले ते सांगितले, आंबिल ओढ्यातली त्यांची फजिती सगळे सगळे.

आता रियाने तिची गोष्ट सांगितली. तीही एच्. जी. वेल्सची चाहती होती. आपणही टाईम मशिन करावे असे लहानपणापासून तिला वाटत होते.

पुढे पदार्थविज्ञान विषयातच शिक्षण घेतल्यावर तर तीची ही इच्छा महत्वाकांक्षा झाली. प्रकल्पावर काम करता करता फावल्या वेळात तिने त्या दृष्टीने प्रयत्न सुरू केला. विविध पुस्तके, शोध निबंध वाचून, काही तज्ञांशी चर्चा करून, वर्षभर खूप कष्ट करून शेवटी तिने टाईम मशिन तयार केले, अगदी त्या सिनेमातल्या मशिन सारखे.

मशिन तयार झाले. आता त्याची चाचणी घ्यायची होती. रिया मशिन बाल्कनीत घेऊन आली.

अदिती देवधर

दोन दिवसांपूर्वीची तारीख तिने पक्की केली आणि एकदम कळ दाबण्याऐवजी हळूहळू दाबायला सुरुवात केली. सिनेमात होते तसेच आजूबाजूचे सगळे हळूहळू बदलायला लागले. व्हिडिओ क्लिप रिवाईंड करताना कसे दिसते ना, तसेच!!

बाल्कनीतल्या कुंडीतल्या गुलाबावर फूल फुलले होते. हळूहळू फुलाच्या पाकळ्या मिटायला लागल्या आणि फुलाची कळी झाली.

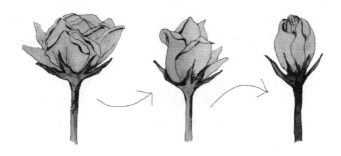

शेजारच्या बाल्कनीत कपडे वाळत घातले होते, ते बदललेले होते. तिने टीव्ही लावला. खरोखरच ती दोन दिवसांपूर्वीच्या जगात आलेली होती. तिने खरंच टाईम मशिन केले होते.

पुस्तकातला टाईम ट्रॅव्हलर भविष्यकाळात गेला होता. तिलाही उत्सुकता होती की आज पासून २०० वर्षांनी आपले शहर कसे असेल? ५०० वर्षांनी कसे दिसेल? पदार्थविज्ञानामध्ये काय काय नवीन शोध तेव्हा लागले असतील?

शहर काही शतकांनंतर कसे असेल हे बघण्याच्या आधी आपण शहराचा पूर्ण इतिहास समजून घ्यायचा का? भविष्यकाळात हे शहर कसे असेल हे बघूच, पण त्या आधी हे शहर कसे घडले, ह्या टप्प्यावर कसे पोहोचले, ते समजून घ्यायचे का? असे तिने ठरवले.

मग ती विविध कालखंडात जाऊन आली. तिथले फोटो काढले, नकाशे तयार केले. पूर्वेला नागझरी, पश्चिमेला अंबिल, उत्तरेला मुठा, हयात वसलेली पुणेवाडीची छोटीशी वस्ती तिने पाहिली, यादवांच्या पराभवानंतरचे पुणे, १७ व्या शतकात आदिलशाही फौजांच्या तडाख्याने बेचिराख झालेले पुणे, छत्रपती शिवाजी महाराजांच्या काळात सावरलेले पुणे, नानासाहेब पेशव्यांच्या काळात भरभराटीला आलेले पुणे, सगळे बघितले.

एक गोष्ट तिच्या लक्षात आली. आपले पुणे शहर अनेक वेळा उद्ध्वस्त झाले आणि अनेक वेळा वसले. ते जर उद्ध्वस्त झालेच नसते तर? म्हणजे प्रत्येक वेळी उद्ध्वस्त झाल्यावर शहर परत वसविण्यात जो वेळ गेला, संसाधने खर्ची पडली, ती वाचली असती. आणि आत्ता आहे त्यापेक्षा आपले शहर आज कितीतरी समृद्ध असते! भरभराटीचे असते!

मग ह्या विचाराने तिला झपाटले.

टाईम मशिनच्या सहाय्याने मागे जाऊन आपण पुण्याचे उद्ध्वस्त होणे थांबवले तर? आपण आपल्या शहराच्या भूतकाळातील ह्या घटना जर बदलल्या, टाळल्या तर? ज्या ज्या घटनांचा पुण्यावर वाईट परिणाम झाला, त्या घटना टाळायच्या!

त्या घटनांची नोंद उपलब्ध होतीच. म्हणजे त्या घटनेच्या काही काळ आधी तिथे जायचे, राज्यकर्त्यांना होणाऱ्या घटनांबद्दल माहिती द्यायची आणि ते संकट टाळायचे. इतके सरळ साधे होते.

अर्थात असे तिला वाटले..

19

आपल्याला वाटले तितके ते सोपे नाही हे लवकरच तिला कळले.

वेगवेगळ्या टप्प्यावर जाऊन तिने तिथल्या लोकांना सांगायचा प्रयत्न केला. काही वेळा लोक तिला घाबरले, ती वेडी असावी असे समजून पळून गेले. कोणीच तिचे बोलणे ऐकून घेईना.

हे असे का होत आहे म्हणून तिने खूप विचार केला. मग तिच्या लक्षात आले. लोकांनी घाबरू नये म्हणून तिने थोडा अभ्यास करून, त्या लोकांची वेशभूषा, बोलण्याची ढब शिकून घेतली. आता ती त्यांच्यातलीच वाटत होती.

पण तरीही तिचे म्हणणे कोणी ऐकायला तयार होत नव्हते.

तिला एक कल्पना सुचली. १२९५ वर्षात जाऊन तिने एक देऊळ गाठले. तिथल्या पुजाऱ्यांना ती भेटली. अर्थात मी २०२१ शतकातून आले आहे आणि पुढे काय घडणार आहे ते मला माहीत आहे, हे तर ती सांगू शकत नव्हती. ते तिला वेडीच समजले असते.

तिने त्यांना सांगितले की पुण्याजवळच्या गावात ती राहते आणि खूप दिवसांपासून सतत तिला एक विचित्र स्वप्न पडत आहे. त्या स्वप्नात पुण्यावर हल्ला होतो आणि पुणं उद्ध्वस्त होते असे तिला दिसते. घरे, वाडे जाळले जातात, माणसे मारली जातात. सगळे तपशीलवार वर्णन तिने केले.

त्या काळात अशा गोष्टींवर लोकांचा विश्वास होता त्यामुळे हे त्यांना पटेल असे तिला वाटले.

अर्थात अगदी पहिल्याच प्रयत्नात तिला यश मिळाले नाही. टाईम मशिन असल्याने ती परत परत त्या दिवशी जाऊ शकत होती. वक्तृत्व स्पर्धेत आपण भाषण तयार करतो, पाठ करतो, त्यातल्या चुका सुधारतो आणि ते प्रभावी करतो, तसाच तिने सराव केला.

आणि मग एकदाचे तिला यश मिळाले.

उद्ध्वस्त पुणे, शत्रूचा हल्ला ह्याचे तिने इतके वर्णन केले की पुजाऱ्यांना तिचे म्हणणे पटले. त्यांना वाटले खरेच तिला स्वप्नात ह्या सगळ्या गोष्टी दिसल्या. हे टाळण्यासाठी एखाद्या अधिकारी व्यक्तीला सगळे सांगितले पाहिजे म्हणून ते निघाले.

पण.. तेवढ्यात काही लोक पुजाऱ्यांना बोलवायला आले. त्यांच्या आजोळहून वाईट बातमी आली होती. त्यांना लगेच तिकडे जावे लागले.

रिया नाईलाजाने परत आली.

दरवेळी असेच होत राहिले. कधी हे तर कधी ते. दरवेळी पुजारी निघायचे आणि काहीतरी अडचण यायची आणि पुजारी तिचा निरोप अधिकारी व्यक्तीपर्यंत पोहोचवू शकायचे नाहीत.

तिच्या शेवटच्या टाईम ट्रॅव्हलमध्ये आणखीनच गडबड झाली.

ह्यावेळचीही तिची भेट अयशस्वी ठरली. परत येऊ असे ठरवून ती नदीकाठी आली. तिने झुडपात टाईम मशिन लपवून ठेवले होते. पण ह्यावेळी मात्र गोष्टी तितक्या सरळ घडल्या नाहीत. काही लोकांनी तिचे आणि पुजाऱ्यांचे बोलणे ऐकले होते.

त्यांना संशय आला आणि त्यांनी तिचा पाठलाग सुरू केला. नदीकाठी पोहोचल्यावर रियाला ते पाठलाग करणारे लोक दिसले.

इरा, विराज आणि टाईम मशिन

घाईघाईने तिने झुडुप बाजूला केले आणि टाईम मशिन मध्ये बसली. कधी एकदा तेथून निघतोय असे तिला आता झाले होते.

ते विचित्र मशिन पाहिल्यावर तर तिचा पाठलाग करणाऱ्यांची खात्रीच पटली ही काहीतरी काळी जादू वगैरे आहे. ते जोरात पळत तिच्याकडे यायला लागले. रियाने घाईघाईने तिच्या काळाची तारीख, वर्ष घातले आणि कळ दाबली. आणि अचानक एक धक्का बसला. पाठलाग करणाऱ्यांपैकी एकाने तिला टाईम मशिन मधून बाहेर ढकलले होते. ती पलीकडे खाली पडली.

टाईम मशिनने तिला परत ह्या काळात घेऊन यायच्या आधीच ती मशिन मधून बाहेर ढकलली गेली होती. पण टाईम मशिनची कळ तर तिने दाबलेली होती. त्यामुळे टाईम मशिन परत गेले.

केवळ एका सेकंदाने गडबड झाली होती. टाईम मशिन तेथून गायब झाले. रिया बघतच राहिली. नक्की काय घडले हे पचवायचा ती प्रयत्न

करत होती. तिला न घेता, मशिन एकटेच परत गेले होते. मशिन शिवाय ती परत कशी जाणार? म्हणजे तिचा परत जाण्याचा मार्ग बंद झाला होता.

आता ती त्याच काळात अडकून पडली होती, कायमचीच.

एकच चांगली गोष्ट झाली, म्हणजे त्यातल्या त्यात!! टाईम मशिनच्या अशा अदृश्य होण्याने, तिच्या मागावर आलेले लोक चांगलेच घाबरले. काहीतरी भुताटकी असावी असे समजून ओरडत पळून गेले.

हेच ते लोक होते ज्यांनी मुले, संजय दादा आणि रियावर काल हल्ला केला होता. टाईम मशिन त्यांनी आधी पाहिलेले असल्याने ह्यावेळी नवीन जोमाने हल्ला केला होता. ते लोक आतातरी पळून गेले होते. रियाला विचार करायला थोडा वेळ मिळाला होता.

एका देवळात तिने आश्रय घेतला. खूपच कठीण काळ होता. तिला प्रियाची आठवण यायची. आपल्या अशा जाण्याने तिची काय अवस्था झाली असेल ह्या विचाराने रडू यायचे. खूप असहाय्य वाटत होते.

तिचा मोबाईल जवळ होता. तिने प्रियाचा नंबर फिरवला, किती वेळा तरी, वेड्यासारखा. पण उपयोग काय? मोबाईल मधले प्रियाचे फोटो बघून तिला आणखीनच रडू यायला लागले. प्रियाच्या वाढदिवसाच्या दिवशी त्या दोघींची काढलेली व्हिडिओ क्लिप परत परत बघत बसली. दोन दिवसांनी मोबाईलची बॅटरी संपल्यावर तो दुवाही संपला.

तुरुंगात नसून तुरुंगात अडकल्यासारखी तिची अवस्था झाली. होती तिच्या पुणे शहरातच, पण किती वेगळे होते ते. वीज नाही, मोबाईल नाही, इंटरनेट नाही, सगळे वेगळे.

कधीही कोणी अनुभवले नसेल असे ती भोगत होती. कोणीही ओळखीचे नाही. संपूर्ण एकाकी, अगदी एकटी!!

थोडे सावरल्यावर तिने ठरवले की ह्या लोकांमध्ये राहायचे. आपण त्यांच्यातलेच आहोत असे भासवायचे आणि एकीकडे परत कसे जायचे हा विचार करायचा. तिचे कपडे आणि भाषा त्या लोकांसारखी होतीच. त्यामुळे ते तितके अवघड गेले नाही.

असेच तीन महिने गेले आणि एक दिवस तिला आकाशात काहीतरी उडताना दिसले.

तिने नीट बघितले, तर हो, ड्रोन होते ते.

म्हणजे? कोणीतरी आपल्या काळातले इथे आहे?

शास्त्रज्ञ असल्याने दोन आणि दोन चार करणे तिला सहज जमले. आधी तिने ड्रोनच्या दिशेने पळण्याचा प्रयत्न केला, ड्रोन सोडणाऱ्या व्यक्तीपर्यंत पोहोचण्यासाठी.

अजूनही तिला जादूटोणा करणारी समजणाऱ्या लोकांपासून ती लपूनछपून रहात होती. त्यामुळे असे पळत जाणे आणि आपल्याकडे लक्ष वेधणे हे सगळ्यांच्याच, तिच्या आणि त्या व्यक्तीच्या दृष्टीने धोकादायक होते. मग तो विचार तिने सोडून दिला.

ड्रोन आत्ता गेले आहे तेथून ते परत जाणार हे तिला माहीत होते, म्हणून तिने घाई घाईने गवतात, तिथेच हाताला येतील त्या काठ्या आणि दगड जमवून HELP हा शब्द तयार केला.

आता केवळ वाट बघणे तिच्या हातात होते. तिला आशा होती की जे कोणी टाईम मशिन वापरत आहेत, ड्रोन वापरत आहेत, त्यांना तिचा

इशारा कळेल. आणि तसेच झाले. आपल्या त्रिकूटाने तिला शोधून काढलेच.

सगळेच थोडा वेळ गप्प होते. हे सर्व कल्पनेच्या पलीकडचे होते.

रियाला न घेता टाईम मशिन नुसतेच ह्या काळात परत आले होते. त्याच जागी नदीकाठावर ते पडून राहिले असणार. काहीतरी वेगळे दिसतंय म्हणून जिथे चित्रविचित्र गोष्टी हमखास विकल्या जातात, म्हणजेच जुन्या बाजारात ते आणले गेले. आणि तिथे इरा आणि विराजच्या शोधक नजरेने ते बरोब्बर टिपले.

ते जुन्या बाजारात गेलेच नसते किंवा अनेक गोष्टी रचून ठेवलेले ते टाईम मशिन त्यांना दिसलेच नसते तर? संजय दादाला ड्रोनची कल्पना सुचली नसती तर? १३ व्या शतकातल्या भेटीत, ते नदीजवळ जाण्याऐवजी दुसरीकडेच गेले असते तर? प्रियाने त्या देवळाचे पेंटिंग केले नसते तर? तर आज आपण इथे आपल्या घरात नसतो. किती जर-तर होते ह्या गोष्टीत. त्या कल्पनेने आत्ताही रियाच्या अंगावर काटा आला. पण सगळे बरोबर घडत गेले आणि रियाची सुटका झाली.

“केवळ तुम्हा तिघांमुळे मला माझी बहीण परत मिळाली”, प्रिया म्हणाली.

रियाला तर तिघांचे आभार कसे मानावेत हेच कळत नव्हतं.

“मग रियाताई, पुणे शहर वाचवायला पुढची मोहीम कधी करायची”?, थोड्या वेळाने, इरा आणि विराजने विचारले.

“ते शक्य नाही”, रिया म्हणाली.

“म्हणजे”? इरा आणि विराजच्या प्रश्नात संजय दादाचाही सूर मिसळला होता.

“आपण टाईम ट्रॅव्हल करू शकतो पण भूतकाळ बदलू शकत नाही”, रियाने उत्तर दिले.

“असे का”?, इराने विचारले.

“मी तिथे असताना खूप विचार केला. वेळ भरपूर होता ना तिथे”, रिया हसत हसत म्हणली. “टाईम मशिन तयार करताना मी खूप वाचन केले होते. अनेक शास्त्रज्ञ हेच सांगत होते की कधी काळी टाईम ट्रॅव्हल शक्य झाले तरी आपण भूतकाळ बदलू शकणार नाही. तेव्हा मला पटले

नव्हते. पण आता माझी खात्री झाली आहे".

सगळे लक्ष देऊन ऐकत होते. रिया पुढे म्हणाली, “आपण घटनाक्रम बदलू शकत नाही. त्यामुळेच मी सांगायचा प्रयत्न केला तेव्हा आधी तिथे कोणी ऐकून घेतले नाही. पुजाऱ्यांना माझे म्हणणे पटून ते जेव्हा जेव्हा त्याबद्दल अधिकारी व्यक्तीला सांगायला निघायचे तेव्हा तेव्हा काहीतरी असे घडायचे की ते जाऊच शकायचे नाहीत.

मी सतत प्रयत्न करत राहिले. तिथे अडकलेली असताना जेव्हा नीट विचार केला तेव्हा हे असे का होते ह्या सगळ्याचा अर्थ कळला.

आत्तापर्यंत वाचलेले शोधनिबंध आठवले. त्यावर खूप विचार केला. शांतपणे त्यांचे म्हणणे पडताळून पाहिले. टाईम मशिन तयार केले ह्या आनंदात मी त्या सगळ्या प्रवादांकडे दुर्लक्ष केले होते. किंबहुना आपण भूतकाळातला वाईट भाग बदलून, भविष्यकाळ अधिक चांगला करू शकू ह्या विचाराने मी जास्ती भाळून गेले होते. त्यात टाईम ट्रॅव्हलमधल्या विरोधाभासाबद्दल विसरूनच गेले”

“विरोधाभास म्हणजे काय, रिया ताई?”, इराने विचारले.

“त्याला इंग्लिश मध्ये पॅरॅडॉक्स म्हणतात. टाईम ट्रॅव्हलबद्दल तज्ञांनी विविध पॅरॅडॉक्स सांगितले आहेत. उदा, मी १२९५ ह्या वर्षात गेले आणि समजा पुण्यावर होणारा हल्ला टाळण्यात यशस्वी झाले असते. ह्याचा अर्थ काय? इतिहास बदलला. म्हणजेच आज, आपल्या काळात, २०२१ मध्ये इतिहास असे सांगेल की १२९५ मध्ये पुण्यावर हल्ला झालाच नाही. पुणे शहर होते तसेच राहिले, उद्ध्वस्त न होता. मग, जर पुण्यावर हल्ला झालाच नाही, तर हल्ला टाळण्यासाठी मी २०२१ मधून भूतकाळात का जाईन? त्यामुळे माझे तिथे असणे हा विरोधाभास ठरतो.

तसेच, समजा मी तिथे असताना माझ्या एखाद्या पूर्वजाची माझ्या हातून चुकून हत्या झाली, तर? तसे झाले तर, त्या पूर्वजाच्या पुढच्या पिढ्या जन्माला येणार नाहीत. म्हणजे पर्यायाने मी जन्माला येणार नाही. हाही परत विरोधाभास. त्याला शास्त्रज्ञांनी “ग्रँडफादर पॅरॅडॉक्स” असे नाव दिले आहे.

म्हणजेच टाईम ट्रॅव्हल शक्य झाले तरी आपण दुसऱ्या कालखंडात जाऊन, तिथे काही बदल करू शकत नाही. आपण फक्त एक प्रेक्षक म्हणूनच तिथे असतो", रिया थांबली.

खोलीत एकदम शांतता पसरली. इरा आणि विराज खूपच खट्टू झाले. "म्हणजे, आपण आता कधीच टाईम ट्रॅव्हल करायचे नाही"? विराजने रियाला विचारले.

"असे कुठे मी म्हणाले"?

"म्हणजे"?

"ज्या गोष्टी घडून गेल्या आहेत त्या आपण बदलू शकत नाही. पण वर्तमानात काय करायचे हे आपल्याच हातात आहे. आपले शहर पूर्वी अनेक वेळा उद्ध्वस्त झाले, अनेक वेळा वसले, अनेक आक्रमणे त्याने पचवली.

आपल्या शहराचा आत्तापर्यंतचा सगळा प्रवास समजून घ्यायचा. त्यातल्या चुका समजून घ्यायच्या. चांगल्या गोष्टी आपल्याला परत निर्माण करता येतील का ते बघायचे. हा सगळा अभ्यास करून, आपले शहर आहे त्यापेक्षा आणखी सुंदर, सुरक्षित कसे करता येईल ते शिकायचे. काय"?

"म्हणजे पूर्वी शहर कसे होते हे शिकण्यासाठी आपण टाईम ट्रॅव्हल करतच राहायचे ना"? इरा आणि विराज उडया मारत म्हणाले.

"अर्थात"!!!! रिया, संजय दादा हसत हसत म्हणाले. प्रिया ही त्यांच्यात सामील झाली.

<u>समाप्त</u>

इरा, विराज आणि टाईम मशिन

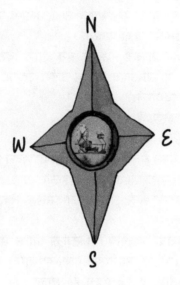

संदर्भ

द टाईम मशिन, एच्. जी. वेल्स
द टाईम मशिन, १९६० चित्रपट
टाईमलाईन, मायकेल क्रायटन
हरवलेले पुणे, डॉ. अविनाश सोवनी
मुठेकाठचे पुणे, प्र. के. घाणेकर
राजा शिवछत्रपती, बाबासाहेब पुरंदरे
पुणे शहर वर्णन , ना. वि. जोशी
जुने पुणे आणि जुने वक्ते, दिगंबर महादेव देशपांडे
द बिग बँग थेअरी मालिका
गूगल मॅप्स https://www.google.com/maps

इरा आणि विराजच्या प्रवासात उलगडलेल्या आणखी काही गोष्टी

पूर्वी पुणे होते छोटेसे, पूर्वेला नागझरी ओढा, पश्चिमेला आंबिल ओढा आणि उत्तरेला मुठा, असे वसलेले.

कसे असेल ते? कल्पना करा बघू. तुमचे हे काम सोपे करण्यासाठी काही नकाशे दिले आहे.

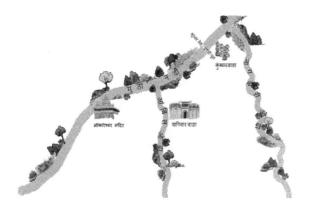

१७५० साली पुणे कसे दिसत असेल? तर साधारण असे..

इरा आणि विराजच्या प्रवासात उलगडलेल्या आणखी काही गोष्टी

आजही आंबिल ओढा त्याच ठिकाणी वहात असता, मुठा नदी, नागझरी ओढासुद्धा पूर्वी सारखे असते, भरपूर पाणी असलेले, काठावर झाडी असलेले तर पुणे कसे दिसले असते? तर काही असे..

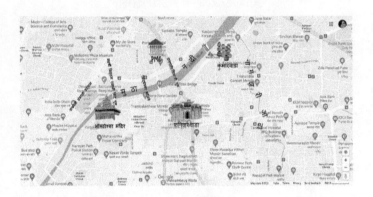

आत्ताचे पुणे. धरणात पाणी साठवले असल्याने छोटीशी झालेली मुठा नदी. वाढणाऱ्या शहरातून अंग चोरून वाहणारा नागझरी ओढा.

आंबिल ओढा

आंबिल ओढयाचा प्रवाह पूर्वी कसा होता? जिलब्या मारुती मंदिर, जोगेश्वरी मंदिराच्या शेजारून, आत्ता बाजीराव रस्ता आहे ना, साधारण तेथून, शनिवार वाड्याशेजारून वहात जाऊन, अमृतेश्वर मंदिराजवळून, आज जयंतराव टिळक पूल आहे ना, त्या आसपास मुठा नदीला मिळायचा.

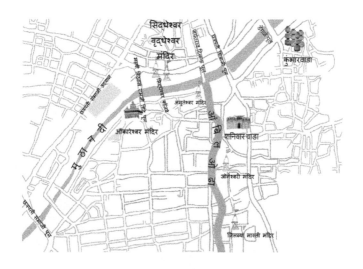

पुण्याच्या आत्ताच्या नकाशावर आंबिल ओढ्याचा पूर्वीचा प्रवाह कसा दिसला असता याचे कल्पनाचित्र.

कात्रज तलाव आणि कात्रज नळ योजना

सध्याची आंबिल ओढ्याची अवस्था बघून आपल्याला हे खरे वाटत नाही. पण एकेकाळी ह्याच आंबिल ओढ्याने पुण्याची तहान भागवली होती.

कसे?

आंबिल ओढा कात्रजच्या डोंगरात उगम पावतो. तेथून तो जिथे सखल भागात येतो तेथे पाणी अडवून श्रीमंत नानासाहेब पेशव्यांनी तलाव खोदला. तेथूनच काही अंतरावर आणखी एक तलाव खोदण्यात आला. हेच कात्रजचे दोन तलाव. आता दुसरा तलाव राजीव गांधी प्राणी संग्रहालयाच्या आत आहे.

पहिला तलाव भरला की पाणी दुसऱ्या तलावात जाईल अशा योजना होती. तेथून भूमिगत मार्गाने पाणी शहरात आणले होते. शहरात ठिकठिकाणी हौद बांधले होते. भूमिगत मार्गाने आणलेले पाणी ह्या हौदातून लोकांना घेता यायचे. हीच ती कात्रज नळ योजना!

पर्वती तळे आपण आधीच बघितले. कात्रज योजनेचे काही दुरुस्तीचे काम असेल तर पाण्याचा साठा असावा यासाठी हे तिसरे तळे खोदले असावे.

कात्रज तलाव आणि कात्रज नळ योजना

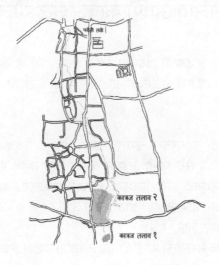

भा. रा. भागवत

ज्यांच्या पुस्तकांनी स्वप्न बघण्याचे सामर्थ्य आणि प्रेरणा दिली.
वैज्ञानिक कथांची गोडी लागली ते त्यांनी केलेल्या ज्युल्स व्हर्नच्या कथांच्या मराठी अनुवादाने. त्यांनी मराठीत अनुवादित केलेली ज्युल्स व्हर्न ह्यांची पुस्तके उपलब्ध इंग्लिश अनुवादापेक्षा कितीतरी सरस आहेत.

फास्टर फेणे आणि बिपिन बुकलवार हे त्यांचे मानसपुत्र म्हणजे तर आमची स्फूर्तीस्थानेच! फास्टर फेणे, बिपिन बुकलवारच्या कथा, खजिन्याचा शोध, खजिन्याच्या बेटावर संजू-राजू ही त्यांची आणखी काही पुस्तके.

छायाचित्र सौजन्य: उत्कर्ष प्रकाशन

एच्. जी. वेल्स

ब्रिटिश लेखक. त्यांना 'वैज्ञानिक कथांचा जनक' मानले जाते.

टाईम मशिन हे १८९५ साली लिहिलेले पुस्तक इतक्या वर्षांनंतर आजही लोकांना इतके आकर्षित करते. कलाकृती कशी असावी, ह्याचे दुसरे उत्तम उदाहरण कोणते असेल?

टाईम मशिन, द इनव्हिजिबल मॅन, वॉर ऑफ द वर्ल्डस ही त्यांची गाजलेली पुस्तके.

छायाचित्र सौजन्य: www.wikipedia.org

ज्युल्स व्हर्न

फ्रेंच लेखक.

एच्. जी. वेल्स प्रमाणेच वैज्ञानिक कथांचा जनक हा बहुमान त्यांना आहे.

भा. रा. भागवत ह्यांनी भाषांतरित केलेली ज्युल्स व्हर्न ह्यांची काही पुस्तके - *सूर्यावर स्वारी, मुक्काम शेंडेनक्षत्र, चंद्रावर स्वारी, ८० दिवसांत जगाची सफर.*

छायाचित्र सौजन्य: www.wikipedia.org

मायकेल क्रायटन

शिक्षणाने डॉक्टर. २६ पुस्तके लिहिली, १९७३ मध्ये वेस्टवर्ल्ड ह्या चित्रपटाची पटकथा लिहिली आणि दिग्दर्शन केले. कम्प्युटर जनरेटेड इमेजरी वापरणारा तो जगातला पहिला चित्रपट.

रॉबिन कुकच्या पुस्तकावर आधारित "कोमा" चित्रपटाचे दिग्दर्शन केले. त्यांच्या अनेक पुस्तकांवर आधारित चित्रपट केले गेले.

ज्युरॅसिक पार्क हा त्यांच्याच पुस्तकावर आधारित चित्रपट. कोट्यावधी लोकांपर्यंत वैज्ञानिक कथा पोहोचवण्याचे श्रेय त्यांना आहे.

ग्राफीक अ‍ॅडव्हेंचर गेम, 'अमेझॉन' त्यांनी तयार केला. टाईमलाईन ही त्यांची टाईम ट्रॅव्हलवर आधारित कादंबरी.

छायाचित्र सौजन्य: www.wikipedia.org

www.ingramcontent.com/pod-product-compliance
Lightning Source LLC
LaVergne TN
LVHW090055230825
819400LV00032B/749

* 9 7 8 1 6 3 9 4 0 0 7 9 9 *